ഇവാൻ

AF519233

INSIGHT PUBLICA®

INSIGHT PUBLICA®

Nadakkavu, Kozhikode, Kerala
www.insightpublica.com
e-mail: insightpublica@gmail.com

Ivan

Vladimir Bogomolov

(Malayalam)

First Insight Edition: December 2021
This Edition March 2024

Copyright©Reserved
All rights reserved. No part of this publication may be reproduced, stored in a retrieval system, or transmitted, in any form, or by any means, electronic, mechanical, photocopying, recording or otherwise, without the prior permission of the publisher.

ISBN 978-93-91006-06-8
Printed and Published by
Insightinpublica Printers & Publishers Pvt. Ltd.

ഇവാൻ

വ്ളാഡിമിർ ബോഗോമോലോവ്

INSIGHT PUBLICA

മുഖവുര
കുട്ടികളും യുദ്ധവും

അനേകമനേകം ആണ്ടുകളായി യുദ്ധമെന്തെന്നറിഞ്ഞിട്ടില്ലാത്ത ജനതകളുണ്ട്. വിമാനങ്ങൾ അവരുടെ നഗരങ്ങളിൽ ബോംബുകൾ വർഷിച്ചിട്ടില്ല. ടാങ്കുകൾ അവരുടെ പാടങ്ങളെ നശിപ്പിച്ചിട്ടില്ല. ഉറ്റവരുടേയും ഉടയവരുടേയും മരണവൃത്താന്തവുമായി മ്ലാനവദനരായ് തപാൽ ശിപായിമാർ അവരുടെ കതകുകളിൽ മുട്ടിയിട്ടില്ല. പുസ്തകങ്ങളിൽനിന്നും സിനിമയിൽനിന്നും പ്രായമായവർ പറഞ്ഞുകൊടുത്ത കഥകളിൽ നിന്നുമുള്ള അറിവേ യുദ്ധത്തെക്കുറിച്ച് അവർക്കുള്ളൂ.

യുദ്ധം അനുഭവിച്ചറിയാത്തവർക്ക് ഈ പുസ്തകം വായിക്കുമ്പോൾ അത്ഭുതം തോന്നും. സാധാരണ ഗതിയിൽ, സ്കൂളിൽ പോവുകയും ഗൃഹപാഠം ചെയ്യുകയും കൂട്ടുകാരുടെ കൂടെ ഓടിച്ചാടി കളിക്കുകയും ചെയ്യേണ്ട ഒരു ബാലൻ യുദ്ധത്തിന്റെ തീച്ചൂളയിലകപ്പെട്ട്, ഒരു ഭടന്റെ മരണംവരിച്ചുവെന്ന് വിശ്വസിക്കാൻ അവർ വിഷമിക്കും.

എന്നാൽ ഇവാനെന്ന സർവ്വസാധാരണമായ ഒരു റഷ്യൻ നാമത്തോടുകൂടിയ, ഈ പുസ്തകത്തിലെ കഥാനായകനെക്കുറിച്ച് ഇതിൽ പറഞ്ഞിട്ടുള്ള സർവ്വതും സത്യമാണ്.

പോരാ, ക്രൂരമായ വലിയൊരു സത്യത്തിന്റെ വളരെ ചെറിയൊരു അംശം മാത്രമാണ് ഈ കഥ. യുദ്ധരംഗത്തെ കുട്ടികളെക്കുറിച്ചുള്ള ആശ്ചര്യകരമായ വീരകഥയുടെ ഒരുപുറം മാത്രം.

മുതിർന്നവരുടെ, പുരുഷന്മാരുടെ, കാര്യമാണ് യുദ്ധമെന്ന് ഏവർക്കുമറിയാം. അടുത്തകാലം വരെ അതായിരുന്നുതാനും സ്ഥിതി. എന്നാൽ ഇന്നത്തെ യുദ്ധങ്ങൾ, അപഹരണ സ്വഭാവമുള്ള സാമ്രാജ്യത്വ യുദ്ധങ്ങൾ, ദാക്ഷിണ്യമേശാത്തവയാണ്. കുഞ്ഞുങ്ങളെയാവട്ടെ, സ്ത്രീകളെയാവട്ടെ, വൃദ്ധജനങ്ങളെയാവട്ടെ, അവ വെറുതെ വിടാറില്ല. ഈ യുദ്ധങ്ങളിൽ ആക്രമണകാരികൾ വെറും പട്ടാളക്കാരല്ല. പട്ടാളവേഷമിട്ട കൊലയാളികളാണ് അവർ.

അത്തരത്തിലുള്ള ഒന്നായിരുന്നു സോവിയറ്റ് യൂണിയനെതിരെ ഫാസിസ്റ്റ് ജർമ്മനി നടത്തിയ യുദ്ധം. അത്രത്തോളം ക്രൂരവും വിനാശ കരവുമായ ഒരു യുദ്ധം മാനവചരിത്രം ഇന്നോളം കണ്ടിട്ടില്ല.

1941 ജൂൺ 21-ാം തീയതി രാത്രിയുടെ അവസാന യാമങ്ങളിൽ സോവിയറ്റ് യൂണിയന്റെ പടിഞ്ഞാറേ അതിർത്തിയിലുള്ള ബ്രെസ്റ്റ് പട്ടണത്തിലെ റെയിൽവേസ്റ്റേഷനിൽ നിന്ന് ഒരു ഗുഡ്സ് ട്രെയിൻ ജർമ്മനിയെ ലക്ഷ്യമാക്കി പുറപ്പെട്ടു. അതിലെ വാഗണുകളുടെ പുറത്ത് "ധാന്യം" എന്ന് ചോക്ക് കൊണ്ടെഴുതിയിരുന്നു. നമ്മൾ പാശ്ചാത്യ രാജ്യങ്ങളിലേക്ക് ധാന്യം അയയ്ക്കുകയായിരുന്നു. നമ്മൾ സമാധാനം കാംക്ഷിച്ചു. രണ്ട് മണിക്കൂർ കഴിഞ്ഞ്, പിറ്റേന്ന് വെളുപ്പിന്, ധാന്യവണ്ടി പോയ ദിക്കിൽ നിന്ന് നമ്മുടെ രാജ്യത്തിന്റെ നേരെ പാഞ്ഞുവന്നത് തീയുണ്ടകളാണ്. ഫാസിസ്റ്റ് പരിഷകൾ നമ്മുടെ രാജ്യാതിർത്തി ഭേദി ച്ചുകടന്നു. അവർ വഴിയിൽ കണ്ടതെല്ലാം നശിപ്പിച്ചു. വീടുകൾ തകർത്തു. ധാന്യവിളകൾ ചുട്ടുചാമ്പലാക്കി. പട്ടാളക്കാരോടൊപ്പം കുട്ടികളേയും കശാപ്പുചെയ്തു.

കുട്ടികളുടെ ജീവൻ രക്ഷിക്കാൻ യുദ്ധത്തിന്റെ തീജ്വാലകളെത്താത്ത അകലെയുള്ള പിന്നണി പ്രദേശങ്ങളിലേക്ക് അവരെ എത്തിക്കാൻ നമ്മുടെ ജനത ഭഗീരഥ പ്രയത്നം ചെയ്തു. ബസ്സുകളും ലോറികളും വിമാ നങ്ങളും വഴി ആദ്യം ഒഴിപ്പിച്ചത് അവരെയായിരുന്നു. പക്ഷേ മുതിർന്ന വർക്ക് എല്ലാ കുട്ടികളേയും രക്ഷിക്കാൻ കഴിഞ്ഞില്ല.

ബ്രെസ്റ്റിനടുത്തുള്ള കാട്ടിൽ കണ്ട ഒരു ഏകാന്ത ശവകുടീരം എന്റെ ഓർമ്മയിൽ തെളിയുന്നു. ചെറിയൊരു കുറ്റിയിൽ ആണിയടിച്ച് വച്ചിരുന്ന പലകയിൽ "താന്യ ഇവിടെ അന്ത്യവിശ്രമം കൊള്ളുന്നു." എന്നെഴുതിയി രുന്നു. ആരായിരുന്നു ഈ താന്യ? അവൾ എങ്ങനെ ഫാസിസ്റ്റുകൾക്ക് ഇരയായി? ഈ പുസ്തകത്തിലെ കഥാനായകനായ ഇവാനെപ്പോലെ അവളും ഒരു കൊച്ചു പോരാളിയായിരുന്നോ? അതോ, അവൾ ജീവിച്ചു വെന്ന തന്റെ ജന്മനാട്ടിൽ സൂര്യപ്രകാശം നുകർന്നു കൊണ്ട് ഓടിക്ക ളിച്ചുവെന്ന ഒറ്റക്കാരണത്താൽ ഫാസിസ്റ്റുകൾ അവളെ വെറുതെയങ്ങ് കൊന്നതാണോ?

ശത്രുനിരയുടെ പിന്നണിയിൽ അവശേഷിച്ച അനേകം സോവിയറ്റ് ബാലികാബാലന്മാർ മുതിർന്നവരോടൊപ്പം പടപൊരുതി. യുദ്ധത്തിന് മുമ്പുതന്നെ കാച്ചിയെടുക്കപ്പെട്ടവരായിരുന്നു അവർ. നീണ്ട പദയാ ത്രകൾ നടത്തിയും തീക്കുണ്ഡങ്ങൾക്കരികിൽ രാത്രികൾ ചെലവഴിച്ചും അവർ വിഷമതകൾ പേറാൻ പഠിച്ചു. ഉന്നം പിഴയ്ക്കാതെ വെടിവയ്ക്കാനും മുറിവേറ്റവർക്ക് പ്രാഥമിക ശുശ്രൂഷകൾ നൽകാനും അവർ പരിശീലിച്ചു.

ശൈശവദശയിലെ സോവിയറ്റ് നാടിനുവേണ്ടി നടത്തിയ പോരാട്ട ങ്ങളെക്കുറിച്ച് ഓർമ്മയുണ്ടായിരുന്ന മുതിർന്നവരിൽ നിന്നും സ്കൂളിൽ നിന്നും പുസ്തകങ്ങളിൽ നിന്നും അവർ പഠിച്ചു.

സോവിയറ്റ് കുട്ടികൾക്ക് ഏറ്റവും ഇഷ്ടപ്പെട്ട എഴുത്തുകാരനായ അർക്കാദി ഗൈദാർ യുദ്ധം പൊട്ടിപ്പുറപ്പെട്ടപ്പോൾ പറഞ്ഞു : "ഞാൻ മരണത്തെ വെറുക്കുന്നു. എനിക്കൊരു തോക്ക് തരൂ. വെടിയുണ്ടയും ബയനറ്റുംകൊണ്ട് ഞാൻ എന്റെ മാതൃഭൂമിയെ രക്ഷിക്കാം."

നമ്മുടെ കുട്ടികൾ പഠിച്ച പാഠമാണിത്.

യുദ്ധരംഗത്തെ കുട്ടികൾ, അവർ മുതിർന്നവർക്കൊരു ഭാരമായിരുന്നില്ല. എങ്കിലും അവരുടെ കഷ്ടപ്പാടുകൾ കുറയ്ക്കാൻ സോവിയറ്റ് ജനങ്ങൾ ആവതുശ്രമിച്ചു.

കുട്ടികളുടെ ഇടയിൽ ശൂരരും നിർഭയരുമായ പടയാളികൾ തെല്ലും കുറവായിരുന്നില്ല. യുദ്ധത്തിന്റെ അവസാനത്തെ വെടികൾ പൊട്ടിയിട്ട് അനേകം വർഷങ്ങൾ കടന്നുപോയിരിക്കുന്നു. എങ്കിലും വോളോദ്യ ദുബീനിൻ, ഉല്യ കരല്യോവ, സോയ കൊസ്മൊദെമ്യാൻസ്ക്കയ. തുടങ്ങിയ എത്രയോ യുവപോരാളികളുടെ പേരുകൾ സോവിയറ്റ് ജനത ആദരവോടെ സ്മരിക്കുന്നു.

സോയ കൊസ്മൊദെമ്യാൻസ്ക്കയ ആദ്യം ജീവൻ ബലിയർപ്പിച്ചവരുടെ കൂട്ടത്തിൽ പെടുന്നു. അവൾക്കന്ന് വെറും പതിനെട്ട് വയസ്സേ ഉണ്ടായിരുന്നുള്ളൂ.

മിതഭാഷണിയായ ആ കൃശഗാത്രി പ്രദർശിപ്പിച്ച ധൈര്യവും ഇച്ഛാബലവും ഫാസിസ്റ്റുകളെ അമ്പരപ്പിച്ചു. ചോദ്യംചെയ്യുമ്പോൾ അവളെ അതിഭയങ്കരമായി ഭേദ്യം ചെയ്തെങ്കിലും തന്റെ സഖാക്കളുടെ പേരുകൾ അവളുടെ നാവിൽ നിന്ന് വീണില്ല. പിന്നീട് മഞ്ഞിന്റെ മീതേക്കൂടി അവളെ നഗ്നപാദയായി കഴുമരച്ചുവട്ടിലേക്ക് നടത്തിയപ്പോഴും അവൾ ദയ യാചിച്ചില്ല. സധൈര്യം മരണംവരിച്ച അവളുടെ നാമം ഒരു ഇതാഹാസമായിത്തീർന്നു. അവളുടെ നാമം മറ്റ് കുട്ടികൾക്ക് വീരകൃത്യങ്ങൾ നടത്താൻ പ്രചോദനമേകുകയും ശത്രുക്കളെ കിടിലംകൊള്ളിക്കുകയും ചെയ്തു.

യുദ്ധത്തിന് മുമ്പ് വൊളോദ്യ ദുബീനിൻ ആറാം ക്ലാസിൽ പഠിക്കുന്ന ഒരു സ്കൂൾ വിദ്യാർത്ഥിയായിരുന്നു. യുദ്ധം വന്നപ്പോൾ അവൻ കെർച്ച് എന്ന പട്ടണത്തിനടുത്തുള്ള ഭൂഗർഭ കല്ലറകളിൽ പാർത്തിരുന്ന ഒളിപ്പോരാളിദളത്തിലെ ഒരു സ്കൗട്ടായി. ആ നിർഭയ ബാലൻ മുതിർന്നവർക്ക് കടക്കാൻ പറ്റാത്ത ഇടുങ്ങിയ ഇടുക്കുകളിലൂടെ നുഴഞ്ഞുകയറുകയും ഒളിപ്പോരാളിദളത്തിന് അമൂല്യസഹായം നൽകുകയും ചെയ്തു. അവനും വീരമൃത്യു വരിച്ചു.

യുദ്ധരംഗത്തെ കുട്ടികൾ, അവരെല്ലാവരും ആയുധമെടുത്ത് പൊരുതിയില്ലെന്ന് പ്രത്യേകം പറയേണ്ടതില്ലല്ലോ. അവരിൽ പലരും തങ്ങളാലാവുംവിധം മുതിർന്നവരെ സഹായിച്ചു. ലെനിൻഗ്രാഡിലെ കുട്ടികൾ സ്വയം സ്ഥാപിച്ച ചെറിയൊരു മ്യൂസിയത്തിൽ കണ്ട ഒരു

മാർക്ക്‌ലിസ്റ്റ് ഞാൻ ഓർക്കുന്നു. "നല്ല" മാർക്കും "മികച്ച" മാർക്കും മാത്രമേ അതിലുണ്ടായിരുന്നുള്ളൂ. ഇന്ന് അത്തരം മാർക്ക്‌ലിസ്റ്റുകൾ ആയിരക്കണക്കിനുണ്ട്. എന്തായിരുന്നു ഞാൻ കണ്ട മാർക്ക്‌ലിസ്റ്റിന്റെ പ്രത്യേകത? 1941-42-ലെ ശൈത്യകാലത്ത് ലെനിൻഗ്രാഡിലെ ഒരു സ്കൂളിൽ പൊയ്ക്കൊണ്ടിരുന്ന ഒരു ബാലികയുടെ മാർക്ക്‌ലിസ്റ്റായിരുന്നു അത്. ആ സമയത്ത് നഗരം കത്തിയെരിയുകയായിരുന്നു. ആളുകൾ തണുപ്പും വിശപ്പുംകൊണ്ട് ചത്തൊടുങ്ങുകയായിരുന്നു. ശത്രു അതിന്റെമേൽ ഇടവിടാതെ ബോംബുകൾ വർഷിച്ചു. പീരങ്കിയുണ്ടകൾ ചൊരിഞ്ഞു. നഗരം ശത്രുവിന്റെ ഉരുക്കുവലയത്തിനുള്ളിലായിരുന്നു. അതുപോലൊരു സമയത്താണ് ആ ബാലിക അവളുടെ കർത്തവ്യം നിറവേറ്റിയത്. അവൾ പഠിച്ച് മികച്ച മാർക്കുകൾ വാങ്ങി. തന്റെ ധൈര്യവും മനക്കരുത്തും അവൾ പ്രകടിപ്പിച്ചത് അങ്ങനെയാണ്. അവൾ ആക്രമണകാരികളുടെ നേരെ പൊരുതിയത് അങ്ങനെയാണ്.

യുദ്ധത്തിൽ കുട്ടികൾ ചെയ്ത കൃത്യങ്ങളെക്കുറിച്ചുള്ള കഥകളുടെ നീണ്ടൊരു പട്ടിക എന്റെ കൈവശമുണ്ട്. എങ്കിലും ഈ പുസ്തകത്തിൽ നിങ്ങൾ വായിക്കുന്ന കഥ, നിങ്ങളുടെ പ്രായക്കാരനായ, എന്നാൽ ഇന്ന് നിങ്ങളോടൊപ്പമില്ലാത്ത ഒരു ബാലന്റെ വീരകൃത്യങ്ങളെക്കുറിച്ച് സത്യസന്ധമായ, ഒന്നുമൊളിച്ചുവയ്ക്കാത്ത, കർക്കശമായ ഒരു ചിത്രം നിങ്ങൾക്ക് വരച്ചുകാട്ടിത്തരുമെന്നാണ് എന്റെ വിശ്വാസം. അവൻ ഫാസിസത്തോട് പൊരുതി മരിച്ചു. അതുകൊണ്ടാണ് നാളത്തെ കുട്ടികളായ നിങ്ങളുടെ അടുത്തെത്താൻ കഴിയുന്നതിന് മുമ്പുതന്നെ ഫാസിസം സ്വന്തം ചോരയിൽ മുങ്ങിച്ചത്തത്.

പ്രിയപ്പെട്ട ചെറുവായനക്കാരേ, സമർത്ഥമായെഴുതിയതും ഹൃദയത്തെ അഗാധമായി ഉലയ്ക്കുന്നതുമായ ഈ കഥ നിങ്ങളുടെ കൈകളിൽ ഏൽപ്പിച്ചിട്ട് ഞാൻ വിട വാങ്ങുകയാണ്. അത് സശ്രദ്ധം വായിക്കുക. ഇവാനെന്ന റഷ്യൻ ബാലനിൽ നിന്ന് ധൈര്യവും കുസലില്ലായ്മയും സർവ്വോപരി സ്വരാജ്യസ്നേഹവും പഠിക്കുക.

യുറി യാക്കൊവ് ലെവ്

ഇവാൻ

1

പിറ്റേന്ന് അതിരാവിലെ നിരീക്ഷണചൗക്കകൾ പരിശോധിക്കണമെന്ന ഉദ്ദേശത്തോടെ, വെളുപ്പിന് നാലുമണിക്ക് എന്നെ ഉണർത്താൻ ഏർപ്പാട് ചെയ്തിട്ട് അന്ന് രാത്രി എട്ടുമണിക്ക് ഞാൻ ഉറങ്ങാൻ കിടന്നു.

എന്നാൽ ഉദ്ദേശിച്ചതിലും വളരെ നേരത്തെ എനിക്ക് ഉണരേണ്ടി വന്നു. തിളങ്ങുന്ന ഡയലുള്ള വാച്ചിന്റെ സൂചികൾ മണി ഒന്നാകാൻ അഞ്ചുമിനിട്ട് ബാക്കിയുണ്ടെന്ന് കാണിച്ചു.

"സഖാവ് സീനിയർ ലെഫ്റ്റനന്റ്... സഖാവ് സീനിയർ ലെഫ്റ്റനന്റ്." എന്ന് വിളിച്ചുകൊണ്ട് ആരോ എന്റെ ചുമലിൽ പിടിച്ച് കുലുക്കി. മേശപ്പുറത്ത് മുനിഞ്ഞു കത്തിക്കൊണ്ടിരുന്ന വിളക്കിന്റെ മങ്ങിയ വെളിച്ചത്തിൽ പാറാവുവിഭാഗത്തിലെ ലാൻസ് കോർപ്പറൽ വസീല്യെവിനെ ഞാൻ തിരിച്ചറിഞ്ഞു. "ഞാൻ ഒരാളെ തടഞ്ഞു വച്ചിട്ടുണ്ട്. അയാളെ താങ്കളുടെ അടുത്ത് കൊണ്ടുവരാൻ ജൂനിയർ ലെഫ്റ്റനന്റ് പറഞ്ഞു."

"വിളക്ക് തെളിക്കു!" എന്നു കൽപ്പന കൊടുത്തിട്ട് ഞാൻ മനസ്സിൽ പ്രാകി. അവർക്ക് ഇത് എന്നെക്കൂടാതെ കൈകാര്യം ചെയ്യാമായിരുന്നില്ലേ? വസീല്യെവ് വിളക്കിന്റെ തിരി പൊക്കിയിട്ട് എന്റെ നേരെ തിരിഞ്ഞു നിന്ന് റിപ്പോർട്ടുചെയ്തു.

"കരയുടെ അരികുചേർന്ന് വെള്ളത്തിലൂടെ അയാൾ ഇഴഞ്ഞു നീങ്ങുകയായിരുന്നു. യാതൊരു വിശദീകരണവും തരാതെ, തന്നെ ഉടൻ ഹെഡ്ക്വാർട്ടേഴ്സിലേക്ക് കൂട്ടിക്കൊണ്ട് പോകണമെന്ന് അയാൾ ആവശ്യപ്പെട്ടു. അയാൾ ചോദ്യങ്ങൾക്കൊന്നും മറുപടി പറയുന്നില്ല. കമാണ്ടിംഗ് ഓഫീസറോട് മാത്രമേ സംസാരിക്കയുള്ളൂ എന്നാണ് അയാൾ വാശിപിടിക്കുന്നത്. അയാൾ ആകെ തളർന്നിരിക്കയാണെന്ന് തോന്നുന്നു. ഒരുപക്ഷേ അത് വെറും അഭിനയമാകാനും മതി. ജൂനിയർ ലെഫ്റ്റനന്റ് കൽപ്പിച്ചതനുസരിച്ച് ഞാൻ അയാളെ ഇവിടെ ഹാജരാക്കിയിട്ടുണ്ട്."

ഞാൻ പലകത്തട്ടിന്റെ വശത്തേക്ക് കാൽ തൂക്കിയിട്ടുകൊണ്ട് എണീറ്റിരുന്ന് കണ്ണുതിരുമ്മി. ദൃഢകായനായ വസീല്യെവ് വെള്ളം ഇറ്റിറ്റ വീഴുന്ന മഴക്കോട്ടുമായി എന്റെ മുമ്പിൽ നിന്നു.

തെളിഞ്ഞ് കത്തിത്തുടങ്ങിയ വിളക്ക് വിശാലമായ ആ ഭൂഗർഭ അറയ്ക്കുള്ളിൽ വെളിച്ചംവീശി. വാതിലിനടുത്ത് ഉദ്ദേശം പതിനൊന്ന് വയസ് തോന്നിക്കുന്ന ഒരു മെല്ലിച്ച ബാലൻ നിൽക്കുന്നത് ഞാൻ കണ്ടു. വിറച്ചുകൊണ്ട് നിന്ന ആ കുട്ടിയുടെ മുഖം തണുപ്പുകൊണ്ട് നീലിച്ച് പോയിരുന്നു. നഗ്നമായ പാദങ്ങളിൽ ഞെരിയാണി വരെ ചെളി കുഴഞ്ഞു പിടിച്ചിരുന്നു. ആ കുട്ടിയുടെ കോലം കണ്ട് എനിക്ക് ഒരു വിറയൽ അനുഭവപ്പെട്ടു.

"ഈ അടുപ്പിന്റെയടുത്ത് വന്നുനിൽക്ക്!" ഞാൻ അവനോട് പറഞ്ഞു. "നീ ആരാണ്?"

അവൻ മുമ്പോട്ട് നീങ്ങിനിന്ന് കരുതലോടെ തന്റെ വലിയ കണ്ണുകൾ എന്റെ മുഖത്ത് ഊന്നി. അവന്റെ കണ്ണുകൾ തമ്മിൽ അസാധാരണമായ അകലമുണ്ടായിരുന്നു. ഉന്തിനിൽക്കുന്ന കവിളെല്ലുകളുള്ള ആ മുഖത്ത് തൊലി ചെളിപുരണ്ട് കടും ചാരനിറമാർന്നിരുന്നു. നിറമെന്തെന്ന് തിരിച്ചറിയാനാവാത്ത നനഞ്ഞ തലമുടി ജടകളായി തൂങ്ങിക്കിടന്നു. അവന്റെ നോട്ടത്തിലും അമർത്തിപ്പിടിച്ച നീലിച്ച ചുണ്ടുകളുള്ള മെലിഞ്ഞ മുഖത്തും ഒരുതരം പിരിമുറുക്കവും സംശയവും പ്രതികൂല മനോഭാവവും പ്രകടമായിരുന്നു.

"നീ ആരാണ്?" -ഞാൻ ചോദ്യം ആവർത്തിച്ചു.

"ഇയാളോട് പുറത്തു പോകാൻ പറയൂ." വസീല്യെവിനെ കണ്ണുകളാൽ ചൂണ്ടിക്കാട്ടിക്കൊണ്ട് കൂട്ടിയിടിക്കുന്ന പല്ലുകൾക്കിടയിലൂടെ അവൻ പിറുപിറുത്തു.

"അടുപ്പിൽ കുറേക്കൂടി വിറകിട്ടിട്ട് പുറത്ത് കാത്തുനിൽക്കൂ!" ഞാൻ വസീല്യെവിനോട് കൽപ്പിച്ചു.

ചൂടുള്ള ആ ഭൂഗർഭ സങ്കേതത്തിൽ കഴിയുന്നത്ര കൂടുതൽ സമയം നിൽക്കാൻവേണ്ടി വളരെ സാവധാനത്തിൽ വസീല്യെവ് അടുപ്പിലെ ചാരം ചികഞ്ഞുമാറ്റുകയും ചെറു ചുള്ളിക്കമ്പുകൾ അതിൽ നിറയ്ക്കുകയും ചെയ്തിട്ട് മെല്ലെ പുറത്തുകടന്നു. ഞാൻ ബൂട്ടുകൾ ധരിച്ചിട്ട് പ്രതീക്ഷയോടെ ബാലനെ നോക്കി.

"നീ എന്താണ് മിണ്ടാത്തത്? നീ എവിടുന്നാണ് വരുന്നത്?"

"ഞാനാണ് ബോന്ദരെവ്," ആ പേര് കേട്ടാൽ എനിക്ക് ആളെ മനസ്സിലാകുമെന്ന് തോന്നിക്കുന്ന സ്വരത്തിൽ അവൻ പതുക്കെ പറഞ്ഞു. "ഞാൻ ഇവിടെ എത്തിയിട്ടുണ്ടെന്ന് സ്റ്റാഫ് ഹെഡ്ക്വാർട്ടേഴ്സിലെ അമ്പത്തൊന്നാം നമ്പറിനെ അറിയിക്കൂ."

“അതുശരി!” പുഞ്ചിരിയടക്കാൻ എനിക്കു കഴിഞ്ഞില്ല. “പിന്നീടോ?”

“അത് അവർ നോക്കിക്കൊള്ളും.”

“ആരാണ് ഈ ‘അവർ”? ഏത് സ്റ്റാഫ് ഹെഡ്ക്വാർട്ടേഴ്സിലാണ് ഞാൻ അറിയിക്കേണ്ടത്? ആരാണ് അമ്പത്തൊന്ന്?”

“ആർമി ഹെഡ്ക്വാർട്ടേഴ്സിൽ അറിയിക്കണം.”

“ആരാണ് അമ്പത്തൊന്ന്?”

അവൻ മിണ്ടാതെ നിന്നു.

“ഏത് ആർമി സ്റ്റാഫിനെയാണ് ഉദ്ദേശിക്കുന്നത്?”

“മിലിറ്ററി തപാൽ നമ്പർ നാൽപ്പത്തൊമ്പത് അഞ്ച് അഞ്ച് പൂജ്യം.”

ഞങ്ങളുടെ മിലിറ്ററി തപാൽ നമ്പർ അവൻ തെറ്റാതെ പറഞ്ഞു. ചിരിയെല്ലാം കളഞ്ഞ് ഞാൻ അത്ഭുതത്തോടെ അവനെ നോക്കി. എന്താണ് ഇതിന്റെയെല്ലാം അർത്ഥം?

പരുപരുത്ത കൈത്തറിത്തുണികൊണ്ടുണ്ടാക്കിയ അവന്റെ മുട്ടറ്റം നീണ്ടുകിടക്കുന്ന മുഷിഞ്ഞ ഷർട്ടും വീതിയും ഇറക്കവും കുറഞ്ഞ ട്രൗസറും ഒരു നാട്ടിൻപുറത്തുകാരന്റേത് പോലിരുന്നു. എന്നാൽ അവൻ സംസാരിച്ചിരുന്ന രീതി തികച്ചും ഒരു മോസ്ക്കോക്കാരന്റേതോ ബ്യെലൊറഷ്യാക്കാരന്റേതോ ആയിരുന്നു. ആ സംസാരരീതി അവൻ ഒരു പട്ടണവാസിയാണെന്ന് വിളംബരം ചെയ്തു.

മൂക്കുവലിക്കുകയും വിറയ്ക്കുകയും ചെയ്തുകൊണ്ട് അവൻ അവിടെ നിന്നു. കരുതലോടെ എന്നെ അവൻ ഒളികണ്ണിട്ട് നോക്കുന്നുണ്ടായിരുന്നു.

“നനഞ്ഞതൊക്കെ അഴിച്ചുമാറ്റിയിട്ട് ദേഹം തുടയ്ക്ക്!” പണ്ടെങ്ങോ വൃത്തിയുള്ളതായിരുന്ന ഒരു ടൗവ്വൽ അവന്റെ നേരെ നീട്ടിക്കൊണ്ട് ഞാൻ പറഞ്ഞു.

അവൻ ഷർട്ട് ഊരി. ഓരോ വാരിയെല്ലും എഴുന്നുനിൽക്കുന്ന അഴുക്കുപുരണ്ട മെലിഞ്ഞ ദേഹം പുറത്തുകണ്ടു. അവൻ സംശയത്തോടെ ടൗവ്വലിൽ കണ്ണോടിച്ചു.

“എടുത്തോ, അത് മുഷിഞ്ഞതാണ്.”

അവൻ അതുകൊണ്ട് നെഞ്ചും ദേഹവും പുറവും കൈകളും അമർത്തിത്തുടച്ച് തുടങ്ങി.

“ട്രൗസറും മാറ്റിക്കോ,” ഞാൻ പറഞ്ഞു. “നീ ഒരു നാണംകുണുങ്ങിയല്ലല്ലോ, ആണോ?”

ബെൽറ്റിന്റെ സ്ഥാനംവഹിച്ചിരുന്ന നനഞ്ഞ നാടയുടെ കെട്ട് കുറെ പാടുപെട്ട് അഴിച്ചിട്ട് അവൻ ട്രൗസർ ഊരിമാറ്റി. ഇടുങ്ങിയ ചുമലുകളും മെലിഞ്ഞ കൈകാലുകളുമുള്ള ആ ബാലൻ ഇപ്പോഴും ഒരു കൊച്ചുകുട്ടിയായിരുന്നു. അവന് പത്തോ ഏറിയാൽ പതിനൊന്നോ വയസ്സേ

പ്രായം കാണൂ. എന്നാൽ ബാലസഹജമല്ലാത്ത ഏകാഗ്രത ദ്യോതിപ്പിക്കുന്ന ആ അപ്രസന്നമായ മുഖവും ചുളിഞ്ഞ നെറ്റിയും കണ്ടാൽ അവന് കുറഞ്ഞത് പതിമൂന്ന് വയസ്സെങ്കിലുംതോന്നിക്കും. അവൻ നനഞ്ഞ ഷർട്ടും ട്രൗസറും ചുരുട്ടിക്കൂട്ടി ഒരു മൂലയിലേക്കെറിഞ്ഞു.

"ആര് അത് ഉണക്കിത്തരും? അമ്മാവനോ?" ഞാൻ ചോദിച്ചു.

"എനിക്ക് വേണ്ടതെല്ലാം അവർ കൊണ്ടുവരും,"

"ഓഹോ, അങ്ങനെയാണോ?" ഞാൻ സംശയത്തോടെ ചോദിച്ചു. "അപ്പോൾ നിന്റെ ഉടുപ്പുകൾ എവിടെയാണ്?"

അവൻ ഉത്തരം പറഞ്ഞില്ല. അവന്റെ സാക്ഷിപത്രങ്ങൾ എവിടെ എന്നു ചോദിക്കാൻ ഞാൻ ഭാവിച്ചതാണ് പെട്ടെന്ന് ഞാനോർത്തു അവന് അതിനു പ്രായമായിട്ടില്ലല്ലോ.

ഇപ്പോൾ ബറ്റാലിയൻ ചൗക്കയിൽ ജോലി ചെയ്യുന്ന എന്റെ ഓർഡർലിയുടെ ഒരു പഴയ ക്വിൽറ്റ് ജാക്കറ്റ് ഞാൻ ബാങ്കിന്റെ അടിയിൽ നിന്ന് തപ്പിയെടുത്തു. ബാലൻ അടുപ്പിനടുത്ത് എനിക്ക് പുറംതിരിഞ്ഞ് നിൽക്കുകയാണ്. അവന്റെ ഉന്തിനിൽക്കുന്ന തോൾപ്പലകകളുടെ മദ്ധ്യത്തിൽ അഞ്ചുകോപ്പെക് തുട്ടിന്റെ വലിപ്പമുള്ള ഒരു വലിയ കറുത്ത മറുകുണ്ടായിരുന്നു. വലത്തെ തോൾപ്പലകയുടെ മുകളിൽ കണ്ട ചുവന്ന വട്ട തീർച്ചയായും ഒരു വെടിയുണ്ട തുളച്ചുകയറിയ പാടായിരിക്കണം.

"നിന്റെ പുറത്തെ ആ പാട് എന്താണ്?"

ബാലൻ തലതിരിച്ച് എന്നെ ഒന്ന് നോക്കിയെങ്കിലും ഒരക്ഷരം മിണ്ടിയില്ല.

"പുറത്തെ പാടെന്താണെന്നാണ് ചോദിച്ചത്?" ജാക്കറ്റ് അവനെ ഏൽപ്പിച്ചുകൊണ്ട് ശബ്ദമുയർത്തി ഞാൻ ചോദിച്ചു.

"എന്തായാൽ താങ്കൾക്കെന്താ! എന്നോട് തട്ടിക്കയറാൻ വരണ്ട!" അവൻ കയർത്തു.

പൂച്ചയുടേതുപോലുള്ള ആ പച്ചക്കണ്ണുകൾ ജ്വലിച്ചു. എങ്കിലും അവൻ ജാക്കറ്റ് മേടിച്ചു. "ഞാൻ ഇവിടെ എത്തി എന്ന് റിപ്പോർട്ട് ചെയ്യുന്നത് മാത്രമാണ് താങ്കളുടെ ജോലി. മറ്റൊന്നും അന്വേഷിക്കേണ്ട ചുമതല താങ്കൾക്കില്ല."

"എന്നെ പഠിപ്പിക്കാൻ വരണ്ട!" ഞാൻ ക്ഷോഭത്തോടെ ഉറക്കെ പറഞ്ഞു.

"എവിടെയാണെന്നും എങ്ങനെയാണ് പെരുമാറേണ്ടതെന്നും നിനക്ക് അറിഞ്ഞുകൂടെന്നു തോന്നുന്നു. നിന്റെ പേരിൽ നിന്ന് എനിക്ക് ഒന്നും മനസ്സിലാകുന്നില്ല. നീ ആരാണെന്നും എവിടുന്ന് വരികയാണെന്നും പുഴയിൽ എന്തുചെയ്യുകയായിരുന്നെന്നും പറഞ്ഞില്ലെങ്കിൽ ഞാൻ ഒരു ചെറുവിരൽ പോലും അനക്കാൻ ഉദ്ദേശിക്കുന്നില്ല."

"താങ്കൾക്ക് അതിന് സമാധാനം ബോധിപ്പിക്കേണ്ടി വരും." അവൻ ഭീഷണിപ്പെടുത്തി.

"എന്നെ പേടിപ്പിക്കാൻ നോക്കുകയാണോ? നീ ഇനിയും അതിന് വളർന്നിട്ടില്ല! ഈ ഊമക്കളികൊണ്ട് യാതൊരു പ്രയോജനവും ഉണ്ടാകാൻ പോകുന്നില്ല. ശരി, ഇനി കാര്യത്തിലേക്ക് കടക്കാം. നീ എവിടുന്നാണ് വരുന്നത്?"

അവൻ ജാക്കറ്റ് ദേഹത്ത് ചുറ്റി. അത് അവന്റെ കണങ്കാലുവരെ ഞാന്നു കിടന്നു. വീണ്ടും ഒരക്ഷരം പറയാതെ അവൻ മുഖം തിരിച്ചു.

"നീ ഇന്ന് മുഴുവൻ ഇവിടെ നിൽക്കും, മൂന്നോ നാലോ ദിവസം ഇവിടെ നിൽക്കും! പക്ഷേ നീ ആരെന്നും എവിടെനിന്ന് വരുന്നെന്നും പറയാതെ ഞാൻ ആർക്കും റിപ്പോർട്ട് ചെയ്യാൻ ഉദ്ദേശിക്കുന്നില്ല," ഞാൻ ഉറപ്പിച്ച് പറഞ്ഞു.

അവൻ എന്നെ ശൈത്യം സ്ഫുരിക്കുന്ന കണ്ണുകൾകൊണ്ട് നോക്കിയിട്ട് വീണ്ടും മുഖം തിരിച്ചു.

"നീ പറയാൻ ഉദ്ദേശിക്കുന്നുണ്ടോ?"

"താങ്കൾ ഉടൻ തന്നെ ഞാനിവിടെ എത്തിയ കാര്യം സ്റ്റാഫ് ഹെഡ്ക്വാർട്ടേഴ്സിലെ അമ്പത്തൊന്നിന് റിപ്പോർട്ട് ചെയ്യണം." അവൻ വാശിയോടെ വീണ്ടും പറഞ്ഞു.

"അത് ചെയ്യാൻ ഞാൻ ഉദ്ദേശിക്കുന്നില്ല," ഞാൻ ഈർഷ്യയോടെ പറഞ്ഞു. "നീ ആരാണെന്ന് പറയാതെ ഞാൻ ഒന്നും ചെയ്യുകയില്ല. അതു മനസ്സിലിരിക്കട്ടെ ! ആരാണീ അമ്പത്തൊന്ന്?"

അവൻ ഏകാഗ്രമായ മൗനംഭജിച്ചു.

"നീ എവിടുന്നാണ് വരുന്നത്?" വർദ്ധിച്ചുവന്ന കോപം അടക്കാൻ പാടുപെട്ടുകൊണ്ട് ഞാൻ ചോദിച്ചു. "ഞാൻ റിപ്പോർട്ട് ചെയ്യണമെങ്കിൽ നീ പറയണം."

ദീർഘനേരത്തെ ഗാഢമായ ആലോചനയ്ക്ക് ശേഷം അവൻ പല്ല് കടിച്ചുകൊണ്ട് പറഞ്ഞു:

"അക്കരെ നിന്ന്."

"അക്കരെനിന്നോ?" എനിക്കതു വിശ്വസിക്കാൻ കഴിഞ്ഞില്ല. "നീ എങ്ങനെ ഇവിടെ എത്തി? നീ അക്കരെനിന്നു വരികയാണെന്നുള്ളതിന് തെളിവെന്താണ്?"

"ഞാൻ തെളിവൊന്നും തരാൻ പോകുന്നില്ല. കൂടുതൽ ഒരക്ഷരം പറയുകയുമില്ല. എന്നെ ചോദ്യംചെയ്യാൻ താങ്കൾക്ക് അവകാശമില്ല. ഇതിന് താങ്കൾ സമാധാനം പറയേണ്ടിവരും. ഫോണിൽ ഒന്നും പറയാനും പാടില്ല. ഞാൻ അക്കരെനിന്നു വരികയാണെന്ന്

അമ്പത്തൊന്നിന് മാത്രമേ അറിയാൻ പാടുള്ളൂ. ബോന്ദരെവ് ഇവിടെ എത്തിയെന്ന് ഉടൻ തന്നെ അമ്പത്തൊന്നിനെ അറിയിക്കൂ. അത്രയും ചെയ്താൽ മതി. അവർ ആളയച്ചോളും." അവൻ പറഞ്ഞു.

"എങ്കിലും അവർ ആളെ അയച്ച് കൂട്ടിക്കൊണ്ടു പോകാൻ നീ ആരാണെന്നു പറയരുതോ?"

അവൻ മൗനംഭജിച്ചു.

അവനെ സൂക്ഷ്മനിരീക്ഷണം ചെയ്തുകൊണ്ട് ഞാൻ തല പുകഞ്ഞ് ആലോചിച്ചു. അവന്റെ പേര് എനിക്ക് പരിചയമല്ല. ഒരുപക്ഷേ ആർമി സ്റ്റാഫ് ഹെഡ്ക്വാർട്ടേഴ്സിൽ ഉള്ളവർക്ക് അവനെ അറിയാമായിരിക്കും. ഒന്നിലും അത്ഭുതപ്പെടാതിരിക്കാൻ ഈ യുദ്ധം എന്നെ പരിശീലിപ്പിച്ചു കഴിഞ്ഞു. അവൻ അനുകമ്പാർഹനും പരിക്ഷീണനുമായി കാണപ്പെട്ടു. എങ്കിലും താൻ സ്വതന്ത്രനാണെന്ന ബോധം അവന്റെ ഓരോ ചലനത്തിലും ഉണ്ടായിരുന്നു. അവന്റെ സംസാരത്തിൽ ആത്മവിശ്വാസവും ആധികാരികത്വംപോലും മുന്നിട്ടുനിന്നിരുന്നു. അവൻ അപേക്ഷിക്കുകയല്ല, ആവശ്യപ്പെടുകയാണ്, ബാലസഹജമല്ലാത്ത അവന്റെ ഏകാഗ്രതയും ഗൗരവവും ജാഗ്രതയും വിചിത്രമായ ഒരു പ്രതീതി എന്നിൽ ഉളവാക്കി. മറുകരയിൽ നിന്നാണ് താൻ വരുന്നതെന്ന് അവൻ പറഞ്ഞത് പച്ചക്കള്ളമാണെന്ന് എനിക്ക് തോന്നി.

ആർമി ഹെഡ്ക്വാർട്ടേഴ്സിലേക്ക് നേരിട്ട് അവനെപ്പറ്റി റിപ്പോർട്ട് ചെയ്യാൻ എനിക്ക് യാതൊരു ഉദ്ദേശവും ഉണ്ടായിരുന്നില്ല. എന്നാൽ റജിമെന്റ് ഹെഡ്ക്വാർട്ടേഴ്സിലേക്ക് റിപ്പോർട്ട് ചെയ്യേണ്ടത് എന്റെ ബാദ്ധ്യതയായിരുന്നു. അവർ അവനെ കൂട്ടിക്കൊണ്ടുപോകാൻ ആളയയ്ക്കുമെന്നും മറ്റ് കാര്യങ്ങളെല്ലാം അവർ നോക്കിക്കൊള്ളുമെന്നും ഞാൻ കണക്കുകൂട്ടി. ചൗക്കുകൾ പരിശോധിക്കാൻ പുറപ്പെടുന്നതിന് മുമ്പ് എനിക്ക് രണ്ടുമണിക്കൂർ ഉറങ്ങാൻ കഴിഞ്ഞേക്കും. ഞാൻ ടെലിഫോണിന്റെ പിടി തിരിച്ച് റജിമെന്റിന്റെ ഹെഡ്ക്വാർട്ടേഴ്സിനെ വിളിച്ചു.

"ഹലോ, ഇത് നമ്പർ മൂന്നാണ്," ചീഫ് ഓഫ് സ്റ്റാഫ് ക്യാപ്റ്റൻ മാസ്ലൊവിന്റെ ശബ്ദം ഞാൻ കേട്ടു.

"സഖാവ് ക്യാപ്റ്റൻ, നമ്പർ എട്ട് റിപ്പോർട്ട് ചെയ്യുന്നു. ബോന്ദരെവ് ഇവിടെ എത്തിയിട്ടുണ്ട്. ബോന്ദ-രെവ്! അക്കാര്യം നമ്മൾ 'വോൾഗ"ക്ക് റിപ്പോർട്ട് ചെയ്യണമെന്ന് ആവശ്യപ്പെടുന്നു."

"ബോന്ദരെവോ?" മാസ്ലൊവ് ചോദിച്ചു. "ഏതു ബോന്ദരെവാണ്? മേജർ ബോന്ദരെവ് ഒരു പരിശോധനയ്ക്ക് വന്നതാകാൻ വഴിയില്ലെന്ന് ഊഹിക്കുന്നു. അദ്ദേഹം അവിടെ എന്ത് ചെയ്യുകയാണ്?" പ്രത്യക്ഷത്തിൽ പരിഭ്രാന്തനായ മാസ്ലൊവ് ചോദ്യങ്ങൾ തൊടുത്തുവിട്ടു.

"അല്ലല്ല, മേജറല്ല. ഇത് ആരാണെന്ന് എനിക്കറിഞ്ഞുകൂടാ. ഒന്നും

സംസാരിക്കാൻ ഇഷ്ടപ്പെടുന്നില്ല. താനിവിടെ എത്തിയ വിവരം നമ്പർ അമ്പത്തൊന്ന്, 'വോൾഗ"യെ അറിയിക്കണമെന്ന് മാത്രം ആവശ്യപ്പെടുന്നു."

"ആരാണ് നമ്പർ അമ്പത്തൊന്ന്?"

"ഞാൻ വിചാരിച്ചു താങ്കൾക്ക് അറിയാമെന്ന്"

" 'വോൾഗ"യുടെ രഹസ്യപ്പേരുകളുടെ പട്ടിക നമ്മുടെ കൈവശം ഇല്ല. ഈ ബോന്ദരെവിന്റെ ജോലി എന്താണ്, റാങ്ക് എന്താണ്?"

"റാങ്കൊന്നുമില്ല," അതുപറയുമ്പോൾ പുഞ്ചിരിക്കാതിരിക്കാൻ എനിക്കു കഴിഞ്ഞില്ല. "ഇതൊരു കുട്ടിയാണ്, ഏകദേശം പന്ത്രണ്ട് വയസ്സുള്ള ഒരു ബാലൻ."

"എന്താണിതിന്റെ അർത്ഥം? എന്നെ നിങ്ങൾ കളിപ്പിക്കുകയാണോ?" മാസ്ലൊവ് ഗർജ്ജിച്ചു. "ഇതൊരു പ്രഹസനമാണോ? ഒരു കുട്ടിയാണ് പോലും! ഞാൻ ഇക്കാര്യം മേജർക്ക് റിപ്പോർട്ട് ചെയ്യുന്നുണ്ട്. നിങ്ങൾ കുടിച്ച് ബോധംകെട്ടിരിക്കയാണോ? അതോ മറ്റ് യാതൊന്നും ചെയ്യാനില്ലാത്തതിനാലാണോ? ഞാൻ കാണിച്ചുതരാം...."

"സഖാവ് ക്യാപ്റ്റൻ," സംഗതികൾ ഈ വഴിക്ക് തിരിഞ്ഞതുകണ്ട് എന്ത് ചെയ്യേണ്ടു എന്നറിയാതെ ഞാൻ വിളിച്ചു. "സഖാവ് ക്യാപ്റ്റൻ സത്യമായിട്ടും ഇതൊരു ബാലനാണ്. താങ്കൾക്ക് ഇവനെ അറിയാമെന്നാണ് ഞാൻ വിചാരിച്ചത്...."

"എനിക്കറിഞ്ഞുകൂടാ, അറിയാൻ ആഗ്രഹിക്കുന്നുമില്ല!" കോപാകുലനായ മാസ്ലൊവ് വിളിച്ചുപറഞ്ഞു. "ഇത്തരം നിസ്സാര കാര്യങ്ങൾക്കുവേണ്ടി എന്നെ ശല്യപ്പെടുത്തരുത്! ഞാൻ നിങ്ങളുടെ കളിക്കൂട്ടിയല്ലെന്ന് ഓർത്തോളൂ. എനിക്ക് ജോലിക്കൂടുതൽകൊണ്ട് നിന്നുതിരിയാൻ നേരമില്ല. അതിനിടയിലാണ്..."

"പക്ഷേ ഞാൻ വിചാരിച്ചു..."

"നിങ്ങൾ ഒന്നും വിചാരിക്കാതിരിക്കുന്നതാണ് നല്ലത്."

"ശരി, സഖാവ് ക്യാപ്റ്റൻ. പക്ഷേ ഈ പയ്യനെ ഞാൻ എന്ത് ചെയ്യണം?"

"എന്ത് ചെയ്യണമെന്നോ? അവൻ എങ്ങനെ അവിടെ എത്തി?"

"പുഴക്കരയിൽ വച്ച് നമ്മുടെ ചൗക്കക്കാർ തടഞ്ഞു നിർത്തിയതാണ്."

"അവിടെ അവൻ എന്ത് ചെയ്യുകയായിരുന്നു?"

"എനിക്കു മനസ്സിലായിടത്തോളം..." ഞാൻ വാചകം മുഴുവനാക്കാൻ മടിച്ചു. "അവൻ പറയുന്നത് അവൻ അക്കരെ നിന്നു വരികയാണെന്നാണ്."

"അവൻ പറയുന്നപോലും!" മാസ്ലോവ് എന്നെ അനുകരിച്ചു. "അവൻ പറന്ന് വന്നതായിരിക്കും, അല്ലേ? ആ ചെറുക്കൻ പറയുന്ന കെട്ടുകഥകളൊക്കെ നിങ്ങൾ കണ്ണുമടച്ച് വിശ്വസിച്ചു. അവനെ സൂക്ഷിക്കാൻ പാറാവുകാരെ നിർത്തണം." അദ്ദേഹം കൽപ്പിച്ചു. "നിങ്ങൾക്ക് ഇക്കാര്യം തനിച്ച് കൈകാര്യം ചെയ്യാൻ കഴിവില്ലെങ്കിൽ ഇത് അവരുടെ ജോലിയാണ്. അവർ തന്നെ അത് ചെയ്യട്ടെ."

"ശകാരം നിർത്തിയിട്ട് ഉടൻ തന്നെ അമ്പത്തൊന്നിന് റിപ്പോർട്ട് ചെയ്തില്ലെങ്കിൽ അദ്ദേഹം ഉത്തരം പറയേണ്ടി വരുമെന്ന് അറിയിക്കു." പെട്ടെന്ന് ബാലൻ ദൃഢസ്വരത്തിൽ ഉറക്കെ പറഞ്ഞു.

എന്നാൽ മാസ്ലോവ് ഫോൺ താഴെ വച്ചുകഴിഞ്ഞിരുന്നു. ബാലനോടും അതിലും കൂടുതൽ മാസ്ലോവിനോടുമുള്ള ഈർഷ്യയോടെ ഞാനും ഫോൺ ശബ്ദത്തോടെ താഴെവച്ചു.

ഞാൻ താൽക്കാലികമായി ബറ്റാലിയൻ കമാണ്ടറുടെ ചുമതല വഹിക്കയായിരുന്നു. എല്ലാവർക്കും അക്കാര്യം അറിയാമായിരുന്നു താനും. എനിക്കാണെങ്കിൽ ഇരുപത്തൊന്ന് വയസ്സേ ഉണ്ടായിരുന്നുള്ളു. ഇക്കാരണങ്ങളാൽ മറ്റു ബറ്റാലിയൻ കമാണ്ടർമാർക്ക് കിട്ടിയിരുന്ന പരിഗണനകളൊന്നും എനിക്ക് കിട്ടിയിരുന്നില്ല.

റജിമെന്റ് കമാണ്ടറും അദ്ദേഹത്തിന്റെ സഹായികളും അക്കാര്യം പുറത്തുകാണിക്കാതിരിക്കാൻ ശ്രദ്ധിച്ചിരുന്നെങ്കിലും മാസ്ലോവ് അത് മറച്ചുവയ്ക്കാൻ ശ്രമിച്ചില്ല. യുദ്ധം തുടങ്ങി ഏതാനും മാസങ്ങൾക്കുള്ളിൽ തന്നെ ഞാൻ യുദ്ധ സേവനത്തിൽ പ്രവേശിച്ചതാണ്. എനിക്ക് പലതവണ മുറിവ് പറ്റിയിട്ടുണ്ട്. പല അവാർഡുകളും ലഭിച്ചിട്ടുമുണ്ട്. ഇതൊക്കെയാണെങ്കിലും മാസ്ലോവ് എന്നെ ഒരു ചെറിയ പയ്യനായിട്ടാണ് കണക്കാക്കിയിരുന്നത്. വാസ്തവത്തിൽ റജിമെന്റിലെ എന്റെ മേലുദ്യോഗസ്ഥന്മാരിൽ ഏറ്റവും പ്രായം കുറഞ്ഞയാൾ മാസ്ലോവായിരുന്നുവെന്നുകൂടി കൂട്ടത്തിൽ പറയട്ടെ.

ഒന്നാമത്തെയോ മൂന്നാമത്തെയോ ബറ്റാലിയൻ കമാണ്ടർമാരോട് ഈവിധം സംസാരിക്കാൻ മാസ്ലോവ് തീർച്ചയായും ധൈര്യപ്പെടുകയില്ല. എന്നോട്.... കാര്യമെന്തെന്ന് അറിയുന്നതിന് മുമ്പുതന്നെ അദ്ദേഹം പൊട്ടിത്തെറിച്ചു. അദ്ദേഹത്തിന് തെറ്റുപറ്റിയെന്ന് എനിക്ക് പൂർണബോദ്ധ്യമുണ്ടായിരുന്നു. എങ്കിലും പകനിറഞ്ഞ ഒരുതരം സന്തോഷത്തോടെ ഞാൻ ബാലനോടു പറഞ്ഞു:

"നീ റിപ്പോർട്ട് ചെയ്യാൻ പറഞ്ഞു, ഞാൻ റിപ്പോർട്ട് ചെയ്തു. നിന്നെ പാറാവുകാരെ നിർത്തി സൂക്ഷിക്കണമെന്ന് എനിക്ക് കൽപ്പനയും കിട്ടി. തൃപ്തിയായില്ലേ?"

"ആർമി ഹെഡ്ക്വാർട്ടേഴ്സിലെ അമ്പത്തൊന്നിന് റിപ്പോർട്ട് ചെയ്യാനാണ് ഞാൻ പറഞ്ഞത്. പക്ഷേ താങ്കൾ അത് കേട്ടില്ല."

“നീ ‘പറഞ്ഞു”! പക്ഷേ എനിക്ക് എന്റെ മേലധികാരികളെ മറികടന്ന് നേരിട്ട് ആർമി ഹെഡ്ക്വാർട്ടേഴ്സിന്റെ റിപ്പോർട്ട് ചെയ്യാൻ അവകാശമില്ല.”

“എന്നാൽ ഞാൻ തന്നെ ഫോൺ ചെയ്യാം.” എന്ന് പറഞ്ഞുകൊണ്ട് ആ ബാലൻ ജാക്കറ്റിനടിയിൽ നിന്ന് കൈ നീട്ടി റിസീവർ കരസ്ഥമാക്കി.

“അതവിടെ വയ്ക്ക്! നീ ആർക്ക് ഫോൺ ചെയ്യും? ആർമി സ്റ്റാഫ് ഹെഡ്ക്വാർട്ടേഴ്സിൽ ആരെയെങ്കിലും നിനക്ക് അറിയാമോ?”

അവൻ റിസീവർ താഴെ വയ്ക്കാതെ അൽപനേരം മൗനംപൂണ്ട് നിന്നിട്ട് അസന്തുഷ്ടനായി മുറുമുറുത്തു:

“ലെഫ്റ്റനന്റ് കേണൽ ഗ്ര്യാസ്നോവ്” ലെഫ്റ്റനന്റ്-കേണൽ ഗ്ര്യാസ്നോവ് ആർമി ഇന്റലിജൻസ് വകുപ്പിന്റെ മേധാവിയായിരുന്നു. ഞാൻ അദ്ദേഹത്തെപ്പറ്റി കേട്ടിട്ടുണ്ടായിരുന്നെന്നു മാത്രമല്ല നേരിട്ട് പരിചയപ്പെട്ടിട്ടുമുണ്ട്.

“നീ അദ്ദേഹത്തെ എങ്ങനെ പരിചയപ്പെട്ടു?”

മൗനം.

“അവിടെ വേറെ ആരെയൊക്കെ അറിയാം?”

വീണ്ടും മൗനം. പിന്നീട് രോഷാകുലമായ ഒരു നോട്ടത്തോടെ അവൻ മുറുമുറുത്തു:

“ക്യാപ്റ്റൻ ഹോളിൻ.”

ആർമി ഇന്റലിജൻസ് വിഭാഗത്തിലെ ഒരു ഓഫീസറായിരുന്ന ഹോളിനേയും എനിക്ക് പരിചയമുണ്ടായിരുന്നു.

“എങ്ങനെയാണ് അവരെ പരിചയപ്പെട്ടത്?”

“ഗ്ര്യാസ്നോവിനെ ഉടൻ വിവരം അറിയിക്കൂ.” എന്റെ ചോദ്യം കേട്ടതായി നടിക്കാതെ അവൻ ആവശ്യപ്പെട്ടു. “താങ്കൾ വിളിച്ചില്ലെങ്കിൽ ഞാൻ വിളിക്കും.”

ഞാൻ റിസീവർ അവന്റെ കൈയിൽ നിന്ന് വാങ്ങി ഒരു നിമിഷം ആലോചിച്ച് നിന്നിട്ട് പിടി തിരിച്ച്, വീണ്ടും മാസ്ലോവുമായി ബന്ധപ്പെട്ടു.

“സഖാവ് ക്യാപ്റ്റൻ, വീണ്ടും എട്ടാം നമ്പരാണ് വിളിക്കുന്നത്,” എന്റെ ക്ഷോഭം മറച്ചുവയ്ക്കാൻ ശ്രമിച്ചുകൊണ്ട് ദൃഢസ്വരത്തിൽ ഞാൻ പറഞ്ഞു. ‘ബോന്ദരെവിനെപ്പറ്റിയാണ്. ലെഫ്റ്റനന്റ്-കേണൽ ഗ്ര്യാസ്നോവിനേയും ക്യാപ്റ്റൻ ഹോളിനേയും ഇവന് പരിചയമുണ്ട്”

“എങ്ങനെ അവൻ അവരെ പരിചയപ്പെട്ടു?” മാസ്ലോവ് തളർന്ന ശബ്ദത്തിൽ ചോദിച്ചു.

“അതവൻ പറയുന്നില്ല. ഇക്കാര്യം ലെഫ്റ്റനന്റ് കേണൽ

ഗ്ര്യാസ്നോവിനെ റിപ്പോർട്ട് ചെയ്യുന്നതാണ് നല്ലതെന്ന് തോന്നുന്നു."

"എങ്കിൽ റിപ്പോർട്ട് ചെയ്തോളൂ." മാസ്ലോവ് ഉദാസീനനായി പറഞ്ഞു.

"എന്തെങ്കിലും നിസ്സാരകാര്യം പറഞ്ഞ് മേലുദ്യോഗസ്ഥന്മാരെ ശല്യപ്പെടുത്താൻ നിങ്ങൾ വിരുതനാണ്. ഹെഡ്ക്വാർട്ടേഴ്സിനെ ഇപ്പോൾ ഈ അസമയമത്ത് വിളിക്കേണ്ട ആവശ്യമില്ലെന്നാണ് എന്റെ അഭിപ്രായം. അതൊരു വിഡ്ഢിത്തമായിരിക്കും!"

"എന്നാൽ ഫോൺചെയ്യാൻ എനിക്ക് അനുവാദം തരൂ."

"ഞാൻ ഒന്നിനും അനുവാദം തരാൻ ഉദ്ദേശിക്കുന്നില്ല. ഇക്കാര്യത്തിൽ എന്നെ കൂട്ടുപിടിക്കാൻ നോക്കണ്ട... അല്ലെങ്കിൽ ഒരു കാര്യം ചെയ്യൂ. ദുനായെവിനെ വിളിച്ചുനോക്കൂ. ഞാൻ ഇപ്പോൾ അദ്ദേഹത്തോട് സംസാരിച്ചതേയുള്ളൂ. അദ്ദേഹം ഉറങ്ങിക്കാണാൻ ഇടയില്ല."

ഡിവിഷനിലെ ഇന്റലിജൻസ് വകുപ്പുമേധാവിയായ മേജർ ദുനായെവിനെ ഞാൻ ഫോണിൽ വിളിച്ച്, ബോന്ദരെവ് ഇവിടെ എത്തിയിട്ടുണ്ടെന്നും ഉടൻ തന്നെ ഇക്കാര്യം ലെഫ്റ്റനന്റ് കേണൽ ഗ്ര്യാസ്നോവിന് റിപ്പോർട്ട് ചെയ്യണമെന്ന് അവൻ ആവശ്യപ്പെടുന്നെന്നും അറിയിച്ചു.

"ശരി, ഞാൻ റിപ്പോർട്ട് ചെയ്തിട്ട് നിങ്ങളെ വിളിക്കാം." ദുനായെവ് തിടുക്കത്തിൽ പറഞ്ഞു.

കഷ്ടിച്ച് രണ്ട് മിനിട്ടു കഴിഞ്ഞപ്പോൾ ഫോണിന്റെ മണിയടിച്ചു.

"എട്ടാം നമ്പരാണോ? 'വോൾഗ" സംസാരിക്കാൻ ആഗ്രഹിക്കുന്നു," ടെലിഫോൺ ഓപ്പറേറ്റർ പറഞ്ഞു.

"ഗാൽത്സെവാണോ? ഹലോ, ഹലോ," ലെഫ്റ്റനന്റ്കേണൽ ഗ്ര്യാസ്നോവിന്റെ ശബ്ദം ഞാൻ തിരിച്ചറിഞ്ഞു. ആ ശബ്ദം എനിക്ക് സുപരിചിതമായിരുന്നു.

ഗ്ര്യാസ്നോവ് വേനൽക്കാലം വരെ ഞങ്ങളുടെ ഡിവിഷനിലെ ഇന്റലിജൻസ് വകുപ്പുമേധാവിയായിരുന്നു. ഞാൻ ലിയസൊൺ ഓഫീസറും. എനിക്ക് അന്ന് അദ്ദേഹവുമായി നിരന്തര സമ്പർക്കമുണ്ടായിരുന്നു. "ബോന്ദരെവ് അവിടെ ഉണ്ടോ?"

"ഉണ്ട്, സഖാവ് ലെഫ്റ്റനന്റ് കേണൽ."

"മിടുക്കൻ!" (അദ്ദേഹം എന്നെ ഉദ്ദേശിച്ചാണോ ബാലനെ ഉദ്ദേശിച്ചാണോ അങ്ങനെ പറഞ്ഞതെന്ന് ആദ്യം എനിക്ക് പിടികിട്ടിയില്ല) "ഞാൻ പറയുന്നത് ശ്രദ്ധിച്ചു കേൾക്കൂ. ഭൂഗർഭ സങ്കേതത്തിൽ നിന്ന് എല്ലാവരേയും പുറത്താക്കുക, ആരും അവനെ കാണാനോ ശല്യപ്പെടുത്താനോ ഇടവരരുത്. അവനെപ്പറ്റിയുള്ള ചോദ്യങ്ങൾക്കോ സംസാരത്തിനോ അവസരം ഉണ്ടാക്കരുത്. മനസ്സിലായോ? അവനെ

എന്റെ സ്നേഹാന്വേഷണങ്ങൾ അറിയിക്കുക. അവനെ കൂട്ടിക്കൊണ്ടുവരാൻ ഹോളിൻ മൂന്നുമണിക്കൂറിനുള്ളിൽ അവിടെ എത്തും. അതുവരെ ബാലന്റെ സുഖസൗകര്യങ്ങളെല്ലാം നിങ്ങൾ തന്നെ നോക്കിക്കൊള്ളണം. അവനോട് മയത്തിൽ പെരുമാറണം. പെട്ടെന്ന് ക്ഷോഭിക്കുന്ന കൂട്ടത്തിലാണ് അവൻ. അവന് കുറെ കടലാസും, പെൻസിലോ പേനയോ എന്തെങ്കിലുമൊന്നും കൊടുക്കുകയാണ് ആദ്യം വേണ്ടത്. അവന്റെ സന്ദേശം കവറിലിട്ട് മുദ്രവച്ചടച്ച് വിശ്വസ്തനായ ഒരു ദൂതന്റെ കൈവശം റജിമെന്റ് ഹെഡ്ക്വാർട്ടേഴ്സിലേക്ക് കൊടുത്തയക്കുക. ഇവിടെ കിട്ടിയാലുടൻ അതെന്നെ ഏൽപ്പിക്കുവാൻ ഞാൻ കൽപ്പന കൊടുക്കുന്നുണ്ട്. അവനെ യാതൊരു തരത്തിലും ശല്യപ്പെടുത്താതെ അവനു വേണ്ടതൊക്കെ കൊടുക്കുക. കുളിക്കാൻ കുറെ ചൂടുവെള്ളവും ആഹാരവും കൊടുക്കാൻ മറക്കരുത്. അതുകഴിഞ്ഞ് അവൻ കുറെ ഉറങ്ങട്ടെ. അവൻ നമുക്ക് വേണ്ടപ്പെട്ട ആളാണ്. മനസ്സിലായോ?"

"മനസ്സിലായി." എനിക്ക് പല കാര്യങ്ങളും പിടികിട്ടിയിരുന്നില്ലെങ്കിലും ഞാൻ മറുപടി പറഞ്ഞു.

* * *

"തിന്നാൻ എന്തെങ്കിലും തരട്ടേ?" എന്നാണ് ഞാൻ അവനോട് ആദ്യം ചോദിച്ചത്.

"പിന്നെ മതി." മുഖം ഉയർത്താതെ ബാലൻ പിറുപിറുത്തു.

ഞാൻ അവന് കുറെ കടലാസും പേനയും മഷിയും കൊണ്ടുകൊടുത്തിട്ട് പുറത്തുകടന്നു. കാവൽ ചൗക്കയിലേക്ക് തിരിച്ച് പോകാൻ വസീല്യേവിനു കൽപ്പന കൊടുത്തിട്ട് ഞാൻ മടങ്ങി വന്ന് വാതിൽ അകത്ത് നിന്ന് അടച്ച് കൊളുത്തിട്ടു. ചൂട്ടുപഴുത്ത അടുപ്പിന് പുറംതിരിഞ്ഞ് ബഞ്ചിന്റെ അറ്റത്ത് ഇരിക്കുകയായിരുന്നു ആ ബാലൻ. അവൻ ഒരു മൂലയിലേക്കു വലിച്ചെറിഞ്ഞിരുന്ന നനഞ്ഞ ട്രൗസർ ഇപ്പോൾ അവന്റെ കാൽച്ചുവട്ടിൽ കിടപ്പുണ്ട്. പിന്ന്കുത്തിയ ഒരു പോക്കറ്റിൽ നിന്ന് മുഷിഞ്ഞ ഒരു കൈലേസ് അവൻ പുറത്തെടുക്കുന്നത് കണ്ടു. അത് തുറന്ന് കുറെ ഗോതമ്പുമണികൾ, തിനമണികൾ, സൂര്യകാന്തി വിത്തുകൾ, പൈൻ മരത്തിന്റേയും ഫിർ മരത്തിന്റേയും കുറേ സൂചികൾ എന്നിവ അവൻ മേശപ്പുറത്തേക്ക് കുടഞ്ഞിട്ടു. പിന്നീട് അവയോരോന്നും അവൻ പ്രത്യേകം പ്രത്യേകം കൂനകളാക്കി വേർതിരിച്ച് വച്ചു. അതീവ ശ്രദ്ധയോടെ ഓരോ കൂനയിലും ഉള്ള സാധനത്തിന്റെ എണ്ണം തിട്ടപ്പെടുത്തി അവൻ ഒരു കടലാസിൽ കുറിച്ചുവയ്ക്കുകയാണ് പിന്നീട് ചെയ്തത്.

ഞാൻ അടുത്തു ചെന്നപ്പോൾ എഴുതിക്കൊണ്ടിരുന്ന കടലാസ് പെട്ടെന്ന് മറിച്ചുവച്ചിട്ട് കോപത്തോടെ അവൻ എന്റെ നേരെ ഒന്നു നോക്കി.

"പേടിക്കണ്ട, ഞാൻ നോക്കുന്നില്ല." ഞാൻ തിടുക്കത്തിൽ പറഞ്ഞു.

രണ്ട് തൊട്ടി ചൂടുവെള്ളവും കുളിക്കാനുള്ള ഒരു വലിയ പാത്രവും കഴിയുന്നതും വേഗം ഭൂഗർഭ സങ്കേതത്തിലെത്തിക്കാൻ ഞാൻ ബറ്റാലിയന്റെ ആസ്ഥാനത്തേക്ക് ഫോൺ ചെയ്ത് കൽപ്പന കൊടുത്തു. എന്റെ കൽപ്പന ആവർത്തിച്ച സാർജന്റിന്റെ ശബ്ദത്തിൽ തെല്ലൊരു അത്ഭുതം കലർന്നിരുന്നത് ഞാൻ ശ്രദ്ധിച്ചു. വെള്ളം എനിക്ക് കുളിക്കാനാണെന്നാണ് ഞാൻ പറഞ്ഞത്. അപ്പോൾ സമയം വെളുപ്പിന് ഒന്നരമണിയായിരുന്നതിനാൽ, ഞാൻ കുടിച്ച് ലക്കുകെട്ടിരിക്കുകയാണെന്നോ, അല്ലെങ്കിൽ എനിക്ക് മറ്റൊന്നും ചെയ്യാൻ ഇല്ലെന്നോ മാസ്ലോവിനെപ്പോലെ അയാളും വിചാരിച്ചുകാണും. അഞ്ചാമത്തെ കമ്പനിയിൽ ത്സാറിവ്നി എന്നു പേരുള്ള മിടുക്കനായ ഒരു പട്ടാളക്കാരനുണ്ടായിരുന്നു. റജിമെന്റിന്റെ ഹെഡ്ക്വാർട്ടേഴ്സിലേക്ക് ഒരു സന്ദേശം കൊണ്ടുപോകാൻ അയാൾ തയ്യാറായി നിൽക്കണമെന്നും ഞാൻ കൽപ്പന കൊടുത്തു.

ഫോണിൽ സംസാരിച്ചുകൊണ്ടിരിക്കെ ഞാൻ ഇടംകണ്ണിട്ട് ബാലനെ ശ്രദ്ധിച്ചുകൊണ്ടിരുന്നു. അവൻ കടലാസിൽ വരകളും കളങ്ങളും വരച്ചു. ഏറ്റവും ഇടത്തെ കോളത്തിൽ ഒരു കുട്ടിയുടെ ഉറയ്ക്കാത്ത വലിയ കൈപ്പടയിൽ അവൻ എഴുതി: '2...4,5...." ആ അക്കങ്ങളുടെ അർത്ഥമെന്തെന്നോ പിന്നെ അവൻ എന്തൊക്കെയാണ് എഴുതിയതെന്നോ എനിക്ക് ഒരിക്കലും അറിയാൻ കഴിഞ്ഞില്ല.

ഏകദേശം ഒരു മണിക്കൂറോളം അവൻ എഴുതിക്കൊണ്ടിരുന്നു. എഴുതുന്ന കടലാസ് ഉടുപ്പിന്റെ കൈകളാൽ മറച്ചുപിടിക്കുകയും ശബ്ദത്തോടെ ശ്വസിക്കുകയും ചെയ്തുകൊണ്ടിരുന്ന ആ ബാലന്റെ പേന കടലാസിൽ ഉരയുന്ന ശബ്ദം ഞാൻ കേട്ടു. അവന്റെ വിരലുകളിൽ ഉരയുകയും മുറിയുകയും ചെയ്ത പാടുകൾ ധാരാളം ഉണ്ടായിരുന്നു. നഖങ്ങൾ കടിച്ച് ചെറുതാക്കപ്പെട്ടിരുന്നു. അവന്റെ കഴുത്തും ചെവികളും കഴുകി വെടിപ്പാക്കിയിട്ട് കാലം കുറെയായെന്നു തോന്നി. അവൻ ഇടയ്ക്കു ചിലപ്പോൾ എന്തോ ആലോചിക്കുകയോ എന്തോ ഓർക്കാൻ ശ്രമിക്കുകയോ ചെയ്തുകൊണ്ട് ചുണ്ട് കടിക്കുന്നതും വീണ്ടും എഴുത്ത് തുടരുന്നതും ഞാൻ കണ്ടു. ചൂടുവെള്ളവും തൊട്ടികളും എത്തി. ആരേയും അകത്തു കടത്താതിരിക്കാൻ വേണ്ടി ഞാൻ തന്നെയാണ് അത് വാതിൽക്കൽ നിന്ന് ഉള്ളിലേക്ക് കൊണ്ടുവന്നത്. അപ്പോഴും അവൻ എഴുത്തു നിർത്തിയിരുന്നില്ല. ആറിപ്പോകാതിരിക്കാനായി ഞാൻ ഒരു തൊട്ടിവെള്ളം അടുപ്പിന്റെ മീതെ വച്ചു. എഴുതിക്കഴിഞ്ഞയുടൻ അവൻ കടലാസുകൾ മടക്കി കവറിനുള്ളിലാക്കി പശതേച്ച ഭാഗം നക്കി സൂക്ഷിച്ച് കവർ ഒട്ടിച്ചു. പിന്നീട് കുറെക്കൂടി വലിയ ഒരു കവറിൽ അതിട്ട് സൂക്ഷ്മതയോടെ ആ കവറും ഒട്ടിച്ചു.

പുറത്ത് കാത്തുനിന്ന പട്ടാളക്കാരനെ ഞാൻ കത്തേൽപ്പിച്ചു:

"ഇതു റജിമെന്റ് ഹെഡ്ക്വാർട്ടേഴ്സിൽ അടിയന്തിരമായി എത്തിച്ചിട്ട് ക്രായേവിന് റിപ്പോർട്ട് ചെയ്യുക."

ഞാൻ തിരിച്ചുചെന്ന് ഒരു തൊട്ടിയിലെ ചൂടുവെള്ളത്തിൽ കുറെ തണുത്തവെള്ളം ചേർത്ത് ചൂട് പാകമാക്കി. കുട്ടി കുളിക്കാനുള്ള പാത്രത്തിൽ കയറി നിന്ന് കുളിച്ചു തുടങ്ങി.

എനിക്ക് അവന്റെ മുമ്പിൽ അപരാധബോധം തോന്നി. എന്റെ ചോദ്യങ്ങൾക്ക് അവൻ ഉത്തരം പറയാതിരുന്നത് മുകളിൽ നിന്നുള്ള കൽപ്പന അനുസരിച്ചായിരുന്നു. അക്കാര്യം അറിയാതെ അവന്റെ നേരെ ഗർജ്ജിക്കുകയും അവനെ ഭീഷണിപ്പെടുത്തുകയും, എനിക്ക് അറിയാൻ അവകാശമില്ലാത്ത വിവരങ്ങൾ അവനിൽ നിന്ന് ചോർത്തിയെടുക്കാൻ ശ്രമിക്കുകയും ചെയ്തതിൽ എനിക്ക് കുണ്ഠിതം തോന്നി. മുന്നണിയിലെ നിരീക്ഷകർ ശേഖരിക്കുന്ന രഹസ്യങ്ങൾ അറിയാൻ മേലുദ്യോഗസ്ഥന്മാരായ ഓഫീസർമാർക്ക് പോലും അവകാശമില്ല.

ഇപ്പോൾ ആയയെപ്പോലെ അവനെ പരിചരിക്കാൻ തയ്യാറായി ഞാൻ നിന്നു. അവനെ കുളിപ്പിക്കണമെന്ന് പോലും എനിക്ക് ആഗ്രഹമുണ്ടായിരുന്നു. എന്നാൽ ഞാൻ അതിന് ധൈര്യപ്പെട്ടില്ല അവൻ എന്റെ നേരെ നോക്കുകയോ ഇങ്ങനെ ഒരാൾ അടുത്ത് നിൽപ്പുണ്ടെന്ന് അറിഞ്ഞതായി ഭാവിക്കുകയോ ചെയ്തില്ല.

"ഞാൻ നിന്റെ പുറം തേച്ചുതരാം," മടിച്ച് മടിച്ച് ഞാൻ പറഞ്ഞു.

"ഞാൻ തന്നെ തേച്ചോളാം," അവൻ ധിക്കാരപൂർവ്വം പറഞ്ഞു.

ഒരു വൃത്തിയുള്ള ടൗവ്വലും അവനിടാനുള്ള ഷർട്ടും പിടിച്ചുകൊണ്ട് അടുപ്പിനരികിൽ കാത്തുനിൽക്കാൻ മാത്രമേ എനിക്കു കഴിഞ്ഞുള്ളൂ. ഭാഗ്യവശാൽ അന്ന് എനിക്ക് കൊണ്ടുവന്ന ആഹാരം ഞാൻ കഴിച്ചിരുന്നില്ല. ചാമ കുറുക്കിയതും മാംസവുമായിരുന്നു. അത് ഇളക്കിക്കൊണ്ടിരുന്നു കുളി കഴിഞ്ഞ് അവന് തിന്നാൻ.

കുളി കഴിഞ്ഞപ്പോൾ അവൻ സുവർണ്ണകേശവും വെളുത്ത നിറവുമുള്ള ഒരു ബാലനാണെന്ന് തെളിഞ്ഞു. അവന്റെ മുഖവും കൈകളും മാത്രം കാറ്റും വെയിലും തണുപ്പും കിട്ടി മറ്റുഭാഗങ്ങളേക്കാൾ ഇരുണ്ടിരുന്നിരുന്നു. അവന്റെ ചെറിയ ചെവികൾ ചുവന്നതും നേർത്തതുമായിരുന്നു. അവ ഒരുപോലെയായിരുന്നില്ല ഇടത്തേ ചെവി അൽപം പതിഞ്ഞിരുന്നു, വലത്തേത് പുറത്തേക്ക് തള്ളിനിന്നു. അവന്റെ കണ്ണുകൾ പ്രത്യേകിച്ചും ശ്രദ്ധേയങ്ങളായിരുന്നു. പച്ച നിറമുള്ള ആ വലിയ കണ്ണുകൾ തമ്മിൽ അസാധാരണ അകലം ഉണ്ടായിരുന്നു. അത്തരം കണ്ണുകൾ ഞാൻ മറ്റാർക്കും കണ്ടിട്ടില്ല.

അവൻ കുളികഴിഞ്ഞ് തോർത്തി, ഞാൻ അടുപ്പിനരികിൽ പിടിച്ച് ചൂടാക്കിയ ഷർട്ട് വാങ്ങി ധരിച്ചു. അതിന്റെ കൈ മടക്കി വച്ചിട്ട് അവൻ

മേശയ്ക്കടുത്ത് വന്നിരുന്നു. നിർവ്വികാരതയും അകൽച്ചയും അവന്റെ മുഖത്ത് നിന്ന് കുറേശെ അപ്രത്യക്ഷമായി തുടങ്ങി. അവൻ ക്ഷീണംകൊണ്ട് തളർന്നിരുന്നു. അവന്റെ മുഖം ചിന്താനിരതവും ഗൗരവപൂർണ്ണവുമായിത്തീർന്നു.

അവൻ ഭക്ഷണം ആർത്തിയോടെ തിന്നുമെന്നാണ് ഞാൻ വിചാരിച്ചത്. എന്നാൽ അതിൽ യാതൊരു ആസക്തിയുമില്ലാതെ പേരിന് അൽപ്പം കഴിച്ചിട്ട് അവൻ ടിൻ മാറ്റിവച്ചു. പിന്നീട് അവൻ ഒരു മഗ്ഗ് മധുരമുള്ള ചായ കുടിച്ചു. ഞാൻ ഒരു പിശുക്കും കാട്ടാതെ ധാരാളം പഞ്ചസാര അതിൽ ഇട്ടിരുന്നു. ചായയോടൊപ്പം ഒരു ബിസ്ക്കറ്റും തിന്നിട്ട് അവൻ താണസ്വരത്തിൽ "നന്ദി" എന്ന് എന്നോട് പറഞ്ഞു.

അവൻ കുളിച്ച പാത്രം ഞാൻ പുറത്ത് കൊണ്ടുവച്ചു. അതിലെ വെള്ളം കരിപോലെ കറുത്തിരുന്നു, ചാര നിറത്തിലുള്ള സോപ്പകഷ്ണങ്ങൾ അതിന്റെ മീതെ പൊങ്ങിക്കിടന്നിരുന്നു. ഞാൻ തരിച്ചുവന്ന് പലകത്തട്ടിലെ തലയിണകൾ തട്ടിക്കുടഞ്ഞ് ശരിയാക്കിവച്ചു. അവൻ എന്റെ കിടക്കയിൽ കയറിക്കിടന്നു.

ഭിത്തിയിലേക്ക് മുഖംതിരിച്ച് കൈ കവിളിനടിയിൽ വച്ചുകൊണ്ടാണ് അവൻ കിടന്നത്. ഞാൻ അവനുവേണ്ടി ചെയ്തതെല്ലാം ചെയ്യാൻ ഞാൻ ബാദ്ധ്യസ്ഥനാണെന്ന മട്ടായിരുന്നു അവന്. അതിൽ നിന്ന് ഞാൻ ഒരുകാര്യം മനസ്സിലാക്കി അവൻ "അക്കരെനിന്ന്" മടങ്ങി വരുന്നത് ഇതാദ്യമല്ല. അവൻ മടങ്ങിയെത്തിയ വിവരം അറിഞ്ഞാലുടൻ ആർമി ഹെഡ്ക്വാർട്ടേഴ്സ് അവന് "എല്ലാവിധ സൗകര്യങ്ങളും" ചെയ്തുകൊടുക്കാൻ ഉത്തരവിടുമെന്നും അവനറിയാമായിരുന്നു. ഞാൻ രണ്ട് പുതപ്പകൾകൊണ്ട് അവനെ പുതപ്പിച്ചു. കുട്ടിക്കാലത്ത് എന്റെ അമ്മ എന്നെ പുതപ്പിച്ചിരുന്നതുപോലെ പുതപ്പ് എല്ലാവശത്ത് നിന്നും അടിയിലേക്ക് തിരുകിവയ്ക്കുകയും ചെയ്തു.

2

അൽപ്പംപോലും ശബ്ദമുണ്ടാക്കാതെ ഞാൻ ഹെൽമറ്റും പട്ടാള ക്കോട്ടും അതിന്റെ മീതെ മഴക്കോട്ടും ധരിച്ച് തോക്കുമെടുത്ത് പുറത്തിറങ്ങി. എന്റെ ഉത്തരവ് കൂടാതെ ആരേയും ഉള്ളിൽ കടത്താൻ പാടില്ലെന്ന് പാറാവുകാരന് കൽപ്പന കൊടുത്തിട്ട് ഞാൻ അവിടെനിന്നു പോയി.

മേഘാവൃതമായ ഒരു രാത്രിയായിരുന്നു അത്. മഴ നിന്നിരുന്നെങ്കിലും ഒരു വടക്കൻകാറ്റ് ശക്തിയായി വീശിക്കൊണ്ടിരുന്നു. നല്ല തണുപ്പും ഇരുട്ടുമുള്ള ഒരു രാത്രി.

ഞങ്ങളേയും ജർമ്മൻകാരേയും വേർതിരിച്ചിരുന്ന ദ്നീപ്പർ നദിയിൽ നിന്ന് അരമൈൽ ഉള്ളിലേക്ക് കയറി ഒരു കുറ്റിക്കാടിനുള്ളിലായിരു ന്നു എന്റെ ഭൂഗർഭ സങ്കേതം. മറുവശത്തുള്ള ഉയർന്ന തീരത്തുനിന്ന് നോക്കിയാൽ ഇക്കരെയുള്ള നദീതടം മുഴുവൻ കാണാമായിരുന്നു. ഞങ്ങളുടെ പ്രധാന താവളം കുടുതൽ ഉള്ളിലേക്ക് മാറി ശത്രുവിന്റെ ദൃഷ്ടിയിൽപ്പെടാത്ത ഒരിടത്തായിരുന്നു. നദീതീരത്ത് ഞങ്ങളുടെ കാവൽ ചൗക്കകൾ മാത്രമേ ഉണ്ടായിരുന്നുള്ളൂ.

മറുകരയിൽ ശത്രു അയച്ചുകൊണ്ടിരുന്ന വാണങ്ങളുടെ വെളിച്ചം ഒന്നുകൊണ്ടുമാത്രം വഴി കണ്ടുപിടിച്ച് ഞാൻ കുറ്റിക്കാട്ടിലെ ഇരുട്ടിലൂടെ മുമ്പോട്ടുനീങ്ങി. ജർമ്മൻ നിരയിൽ അങ്ങറ്റം ഇങ്ങറ്റം അവിടവിടെ യായി വാണങ്ങൾ മിന്നിക്കൊണ്ടിരുന്നു. ഇടയ്ക്കിടെ യന്ത്രത്തോക്കുകൾ രാത്രിയുടെ നിശബ്ദതയെ ഭഞ്ജിച്ചു. ഞങ്ങളുടെ കരയിലേക്കും നദി യിലേക്ക് തന്നെയും ജർമ്മൻകാർ രാത്രികാലങ്ങളിൽ കൂടെക്കൂടെ വെടിവയ്ക്കാറുണ്ടായിരുന്നു. 'മുൻകരുതൽ നടപടി" എന്നാണ് ഞങ്ങളുടെ റജിമെന്റിന്റെ കമാണ്ടർ അതിനെ വിശേഷിപ്പിച്ചിരുന്നത്.

പുഴവക്കിൽ എത്തിയ ഉടൻ ഞാൻ ഞങ്ങളുടെ ഏറ്റവും അടുത്ത നിരീക്ഷണ ചൗക്ക സ്ഥാപിച്ചിരുന്ന കിടങ്ങിലേക്ക് കടന്നു. പാറാവ് വിഭാ ഗത്തിന്റെ കമാണ്ടറെ ഉടനെ വിളിച്ചുകൊണ്ടുവരാൻ ഞാൻ ആളയച്ചു. അയാൾ കിതച്ചുകൊണ്ട് അവിടെ ഹാജരായ ഉടൻ ഞങ്ങൾ ഒരുമിച്ച് നദീതീരത്തുകൂടി നടന്നു. അയാൾ ഉടൻ തന്നെ "പയ്യന്റെ" കാര്യം

എന്നോട് ചോദിച്ചു. അവനെ തടഞ്ഞുവച്ചതിനെപ്പറ്റി അന്വേഷിക്കാൻ വന്നതാണ് ഞാനെന്നാണ് അയാൾ വിചാരിച്ചത്. ഞാൻ അപ്പോൾ തന്നെ വിഷയം മാറ്റി. എന്നാൽ എന്റെ മനസ്സിലേക്ക് അവനെപ്പറ്റിയുള്ള ചിന്ത കടന്നുവന്നുകൊണ്ടിരുന്നു.

ഇരുട്ടിൽ മറഞ്ഞുകിടന്ന ജലപ്പരപ്പിലേക്ക് ഞാൻ നോക്കി. അവിടെ അതിന് ഏകദേശം അരകിലോമീറ്ററോളം വീതിയുണ്ടായിരുന്നു. കൊച്ചു ബോന്ദരെവ് അക്കരെ നിന്ന് ഇവിടെ എത്തിയതാണെന്ന് എനിക്ക് വിശ്വസിക്കാൻ പ്രയാസം തോന്നി. അവനെ ഇക്കര കടത്തിയത് ആരായിരിക്കും? അവർ എവിടെ? അവർ വന്ന വഞ്ചി എവിടെ? നിരീക്ഷണ ചൗക്കയിലെ ആളുകൾ അത് കാണാതിരുന്നതെങ്ങനെ? ഒരുപക്ഷേ അവർ അവനെ കരയിൽ നിന്നും വളരെ അകലെ നദിയിൽ ഇറക്കിവിട്ടതാവാം. പക്ഷേ ഇത്ര ദുർബ്ബലനായ ഒരു കൊച്ചുപയ്യനെ ശരത്കാലത്തെ ഈ തണുത്ത വെള്ളത്തിലേക്ക് ഇറക്കിവിട്ടിട്ട് പോകാൻ ആർക്കെങ്കിലും കഴിയുമോ?

ദ്നീപ്പറിന്റെ മറുകരയിലേക്ക് കടക്കാനുള്ള ഒരുക്കങ്ങൾ ചെയ്തുകൊണ്ടിരിക്കയായിരുന്നു ഞങ്ങളുടെ ഡിവിഷൻ. അതേ സംബന്ധിച്ച് എനിക്ക് കിട്ടിയ ലഘു വിവരണം ഞാൻ ഏതാണ്ട് മനപ്പാഠമാക്കിയിരുന്നു. ആരോഗ്യദൃഢഗാത്രരായ പുരുഷന്മാർക്കുവേണ്ടി എഴുതപ്പെട്ട ആ വിവരണത്തിൽ ഇങ്ങനെ പറഞ്ഞിരുന്നു: “വെള്ളത്തിന്റെ ചൂട് +15 ഡിഗ്രിയിൽ കുറവാണെങ്കിൽ ഒരു നീന്തൽ വിദഗ്ധന് പോലും അക്കര കടക്കാൻ വളരെ ബുദ്ധിമുട്ടായിരിക്കും. വീതിയേറിയ നദികളിൽ അത് തികച്ചും അസാദ്ധ്യമാണ്.” വെള്ളത്തിന്റെ ചൂട് +15 ഡിഗ്രിയല്ല, -15 ഡിഗ്രി മാത്രമാണെങ്കിലോ?

അവൻ നീന്തി വന്നതാകാൻ വഴിയില്ല. വഞ്ചി കരയ്ക്കടുത്തുവരെ വന്നതാവാനാണ് കൂടുതൽ സദ്ധ്യത. പക്ഷേ അത് ആരുടേയും ശ്രദ്ധയിൽപ്പെടാതിരുന്നത് എങ്ങനെ? കുട്ടിയെ കരയ്ക്കിറക്കിയിട്ട് ആരും കാണാതെ അവർ എങ്ങനെ തിരിച്ച് തുഴഞ്ഞുപോയി? എനിക്കു ഒരു പിടിയും കിട്ടിയില്ല.

കാവൽ ചൗക്കകളിലെ പാറാവുകാരെല്ലാം ജാഗ്രതയോടെ പ്രവർത്തിച്ചുകൊണ്ടിരുന്നു. പുഴയുടെ തൊട്ടടുത്തുണ്ടായിരുന്ന കിടങ്ങിൽ മാത്രം ഉറക്കംതൂങ്ങുന്ന ഒരു പട്ടാളക്കാരനെ ഞങ്ങൾ കണ്ടു. അയാൾ ഹെൽമറ്റുകൊണ്ട് കണ്ണുകൾ മറച്ച് കിടങ്ങിന്റെ വശത്ത് ചാരി നിന്നുകൊണ്ട് ഉറങ്ങുകയായിരുന്നു. ഞങ്ങൾ അടുത്തെത്തിയപ്പോൾ അയാൾ പാതിഉറക്കത്തിൽ തോക്ക് ഞങ്ങളുടെ നേരെ ചൂണ്ടി കാഞ്ചി വലിക്കാൻ ഭാവിച്ചു. ഞങ്ങളുടെ ഭാഗ്യംകൊണ്ട് അയാളത് ചെയ്തില്ല. അയാളെ ഉടൻ തന്നെ തൽസ്ഥാനത്ത് നിന്നും മാറ്റാനും ശിക്ഷിക്കാനും ഞാൻ കൽപ്പന കൊടുത്തു. അയാളേയും സ്ക്വാഡ് കമാണ്ടറേയും കുറെ ശകാരിക്കുകയും ചെയ്തു.

ചൗക്കകളെല്ലാം പരിശോധിച്ച ശേഷം വലതുവശത്തെ ഒരു കിടങ്ങിലുള്ള സങ്കേതത്തിലിരുന്ന് ഞാൻ പട്ടാളക്കാരോടൊപ്പം പുക വലിക്കുകയും വിശ്രമിക്കുകയും ചെയ്തു. വലിയ ആ കിടങ്ങിൽ നാല് പട്ടാളക്കാരുണ്ടായിരുന്നു. അവിടെ ഒരു യന്ത്രത്തോക്ക് സ്ഥാപിച്ചിരുന്നു.

"സഖാവ് സീനിയർ ലെഫ്റ്റനന്റ്, ആ പയ്യൻ ആരാണെന്ന് കണ്ടു പിടിച്ചോ?"

പുകവലിക്കാതെ യന്ത്രത്തോക്കിനടുത്ത് നിന്നിരുന്ന ഒരു പട്ടാള ക്കാരൻ തന്റെ പുരുഷമായ ശബ്ദത്തിൽ എന്നോട് ചോദിച്ചു.

"കാര്യമെന്താണ്?" ഞാൻ കരുതലോടെ ചോദിച്ചു.

"വെറുതെ ചോദിച്ചതാണ്, അതിൽ എന്തോ ഒരു കുഴപ്പമുണ്ടെന്നാണ് എനിക്ക് തോന്നുന്നത്. ഇത്തരം കാലാവസ്ഥയിൽ ഒരു പട്ടിയെപ്പോലും ആരും വീട്ടിനുള്ളിൽ നിന്ന് പുറത്ത് വിടുകയില്ല. ഈ കുട്ടിയാണെങ്കിൽ പുഴയിൽ നീന്തുന്നു! എന്തിനാണ് അവൻ അങ്ങനെ ചെയ്തത്? അക്കരെയ്ക്ക് കടക്കാനുള്ള വല്ല വഞ്ചിയും കാത്തുനിൽക്കുകയല്ലായിരുന്നു അവനെന്ന് എങ്ങനെ അറിയാം? എന്തോ കുഴപ്പം ഇതിലുണ്ട്. അവനെ ശരിക്ക് ചോദ്യം ചെയ്യണം. പിടിച്ച് ഒന്നു കശക്കിയാൽ നേരുപറയും."

"അതേ എന്തോ കുഴപ്പമുണ്ട്," മറ്റൊരു പട്ടാളക്കാരൻ ആത്മവിശ്വാ സത്തോടെയല്ലെങ്കിലും പറഞ്ഞു. "വാ തുറന്ന് ഒരക്ഷരം പറയാതെ ഒരു ചെന്നായ്ക്കുട്ടിയെപ്പോലെ മുറുമുറുത്തുകൊണ്ടിരുന്നു അവൻ. അവന്റെ ഉടുപ്പുകൾ എവിടെപ്പോയി?"

"ആ കുട്ടി നോവൊസേൽകിയിൽ നിന്ന് വന്നതാണ്." ഞാൻ മെല്ലെ പുകവലിച്ചുകൊണ്ട് നുണ പറഞ്ഞു. ഞങ്ങളുടെ താവളത്തിൽ നിന്ന് ഉദ്ദേശം നാലുകിലോമീറ്റർ ദൂരെ സ്ഥിതി ചെയ്തിരുന്ന ഒരു വലിയ ഗ്രാമ മായിരുന്നു നോവൊസേൽകി. അതിന്റെ പകുതിയോളം കത്തിനശിച്ചു പോയിരുന്നു. "ജർമ്മൻകാർ അവന്റെ അമ്മയെ ജർമ്മനിയിലേയ്ക്കയച്ചു. എവിടെ പോകണമെന്ന് അവനറിയില്ല. അവൻ പുഴയിൽ ചാടി."

"അതുവരട്ടെ!"

"പാവം കുട്ടി!" പട്ടാളക്കാരിൽ ഒരാൾ സഹതാപപൂർവം നെടുവീർ പ്പിട്ടുകൊണ്ട് പറഞ്ഞു. പ്രായംചെന്ന ആ മനുഷ്യൻ പുകവലിച്ചുകൊണ്ട് എന്റെ എതിർവശത്ത് ചടഞ്ഞിരിക്കുകയായിരുന്നു. അനേകം ദിവസ ങ്ങളായി ക്ഷൗരം ചെയ്യാത്ത അയാളുടെ വിസ്താരമുള്ള ഇരുണ്ട മുഖം സിഗററ്റിന്റെ വെളിച്ചത്തിൽ തെളിഞ്ഞുകണ്ടു.

"ഇതിൽ ദുഃഖമാണ് തോന്നേണ്ടത്. യൂർലോവ് എപ്പോഴും ആളുകളെ പ്പറ്റി ചീത്തയേ വിചാരിക്കൂ. ആളുകൾ ദുഷ്ടന്മാരാണെന്ന് തെളിയിക്കാ നാണ് അയാളുടെ ശ്രമം. അതുശരിയല്ല," അയാൾ യന്ത്രത്തോക്കിനടു ത്ത് നിൽക്കുന്ന പട്ടാളക്കാരനെ ഉദ്ദേശിച്ച് വിവേകപൂർവം ശാന്തമായി പറഞ്ഞു.

“ഞാൻ ജാഗ്രത പാലിക്കുന്നുവെന്നേയുള്ളൂ.” യൂർലോവ് വാശിയോടെ പറഞ്ഞു. “താൻ എന്റെ സ്വഭാവം മാറ്റാൻ വരണ്ട! കണ്ണുമടച്ച് ആരേയും വിശ്വസിക്കാൻ ഞാൻ തയ്യാറല്ല. അങ്ങനെ വിശ്വസിച്ചതിന്റെ ഫലമായിട്ടാണ് ഇപ്പോൾ യുദ്ധമുന്നണി മുതൽ മോസ്ക്കോ വരെയുള്ള മണ്ണ് മുഴുവൻ രക്തത്തിൽ കുതിർന്ന് കിടക്കുന്നത്. എനിക്ക് മതിയായി. തനിക്ക് ഭദ്രതയും വിശ്വാസവും ആവശ്യത്തിൽ കൂടുതൽ ഉണ്ടെങ്കിൽ കുറച്ച് ജർമ്മൻകാർക്ക് കൊടുക്കൂ. അവർ അതുകൊണ്ട് ആത്മാവിൽ

എണ്ണപുരട്ടട്ടെ. സഖാവ് സീനിയർ ലെഫ്റ്റനന്റ്, ഒരു കാര്യം ഞാൻ ചോദിക്കട്ടെ, ആ പയ്യന്റെ ഉടുപ്പുകൾ എവിടെപ്പോയി? അവൻ വെള്ളത്തിൽ എന്തുചെയ്യുകയായിരുന്നു? എന്തോ കുഴപ്പമുണ്ടെന്ന് തീർച്ച.”

“താൻ മേലധികാരികളോട് ചോദ്യംചോദിച്ച് തുടങ്ങിയോ?” പ്രായം ചെന്ന പട്ടാളക്കാരൻ പരിഹാസപൂർവം പറഞ്ഞു. “താൻ ആ കുട്ടിയെ പാട്ടിനുവിട്ടേക്ക്.

തന്റെ സഹായം കൂടാതെ അവന്റെ കാര്യം അവർ നോക്കിക്കൊള്ളും. നമുക്ക് കുറച്ചു വോഡ്ക തരുന്നതിനെപ്പറ്റി താൻ അവരോട് ചോദിച്ചു നോക്കൂ. ഇതിനുള്ളിൽ മജ്ജ മരവിപ്പിക്കുന്ന തണുപ്പാണ്. ചൂടാക്കാൻ ഒന്നുമില്ല. അവർ നമുക്ക് കുറച്ചു വോഡ്ക തരാൻ പോകുന്നതെപ്പോഴാണെന്ന് ചോദിക്കൂ. കുട്ടിയുടെ കാര്യം നമ്മുടെ സഹായമില്ലാതെതന്നെ അവർ നോക്കിക്കൊള്ളും.”

ഞാൻ കുറച്ചുനേരംകൂടെ അവിടെ തങ്ങിയിട്ട് ഹോളിൻ വരാൻ സമയമായി എന്ന് ഓർമ്മ വന്നപ്പോൾ അവരോട് വിട പറഞ്ഞ് ഇറങ്ങി. അകമ്പടിക്കാരുടെ ആവശ്യമില്ലെന്ന് പറഞ്ഞ് ഞാൻ ഒറ്റയ്ക്കാണ് പുറപ്പെട്ടത്. അത് അബദ്ധമായിപ്പോയെന്ന് താമസിയാതെ തെളിഞ്ഞു. ഇരുട്ടത്ത് എനിക്ക് വഴി തെറ്റി. കുറ്റിക്കാട്ടിൽ തപ്പിത്തടഞ്ഞ് മുന്നോട്ട് നീങ്ങിയ എന്നെ പലയിടത്തുവച്ചും പാറാവുകാരുടെ “നിൽക്കവിടെ” എന്ന ഗർജ്ജനം പിടിച്ചുനിർത്തി. ഏകദേശം അരമണിക്കൂർ കഴിഞ്ഞാണ് ഭൂഗർഭ സങ്കേതത്തിൽ എത്തിയത്. കാറ്റുകൊണ്ട് ഞാൻ തണുത്ത് മരവിച്ചുപോയിരുന്നു.

അപ്പോഴും ആ ബാലൻ ഉറങ്ങിയിട്ടുണ്ടായിരുന്നില്ല!

അവൻ ഷർട്ടുധരിച്ച്, പലകത്തട്ടിൽ നിന്ന് കാല് തൂക്കിയിട്ട് വെറുതെ ഇരിക്കുകയായിരുന്നു. അടുപ്പിലെ തീ വളരെ മുമ്പുതന്നെ അണഞ്ഞിരുന്നതിനാൽ അവിടെ നല്ല തണുപ്പുണ്ടായിരുന്നു.

“അവർ ഇതുവരെ വന്നില്ലേ?” എന്നെ കണ്ടയുടൻ അവൻ ചോദിച്ചു.

“ഇല്ല. നീ ഉറങ്ങിക്കോ. അവർ വരുമ്പോൾ ഞാൻ വിളിച്ചുണർത്താം.”

“അയാൾ അവിടെ എത്തിക്കാണുമോ?”

“ആര്?”

“ദൂതൻ. എഴുത്ത് കൊണ്ടുപോയ ആൾ.”

“എത്തി,” എത്തിയ വിവരം അറിഞ്ഞില്ലെങ്കിലും ഞാൻ ഉറപ്പിച്ചുപറഞ്ഞു. വാസ്തവത്തിൽ സന്ദേശം കൊടുത്തയച്ചുകഴിഞ്ഞ നിമിഷം തന്നെ ഞാൻ അക്കാര്യം മറന്നിരുന്നു.

ബാലൻ ചിന്താമഗ്നനായി വിളക്കിലേക്ക് ഉറ്റുനോക്കിക്കൊണ്ടിരുന്നു. പെട്ടെന്ന് ഉൽകണ്ഠാകുലനായി അവൻ ചോദിച്ചു:

“ഞാൻ ഉറങ്ങിയ സമയത്ത് താങ്കൾ ഇവിടെ ഉണ്ടായിരുന്നോ? ഉറക്കത്തിൽ ഞാൻ എന്തെങ്കിലും പറഞ്ഞോ?”

“ഇല്ല, ഞാൻ ഒന്നും കേട്ടില്ല. ചോദിക്കാൻ കാരണമെന്താണ്?”

“ഒന്നുമില്ല. ഞാൻ ഒരിക്കലും ഉറക്കത്തിൽ വർത്തമാനം പറയാറുണ്ടായിരുന്നില്ല. പക്ഷേ ഇപ്പോൾ എനിക്ക് ഒരു സംശയം. ഈയിടെയായി എന്റെ ഞരമ്പുകൾ തളർന്നിരിക്കയാണ്.” അവൻ തുറന്നുപറഞ്ഞു.

ഹോളിൻ എത്തി. കറുത്ത മുടിയും നല്ല ഉയരവുമുള്ള സുമുഖനായ ആ ഇരുപത്തിയേഴുകാരൻ കയ്യിൽ വലിയൊരു ജർമ്മൻ സ്യൂട്ട്കെയ്സും തൂക്കിപ്പിടിച്ച് സങ്കേതത്തിനുള്ളിലേയ്ക്ക് ധൃതിയിൽ കയറിവന്നു. അയാൾ സ്യൂട്ട്കെയ്സ് എന്നെ ഏൽപ്പിച്ചിട്ട് ബാലന്റെ അടുത്തേക്ക് ഓടിച്ചെന്നു.

“ഇവാൻ!” അയാൾ വിളിച്ചു.

ഹോളിനെ കണ്ടമാത്രയിൽ പയ്യന്റെ മുഖം പ്രസന്നമായിത്തീർന്നു. അവൻ പുഞ്ചിരിതൂകി. അവൻ പുഞ്ചിരിക്കുന്നത് ആദ്യമായാണ് ഞാൻ കണ്ടത്. ശിശുസഹജവും ആഹ്ലാദഭരിതവുമായ ഒരു പുഞ്ചിരിയായിരുന്നു അത്. സുഹൃത്തുക്കൾ, വളരെ അടുത്തസുഹൃത്തുക്കൾ തമ്മിലുള്ള ഒരു കൂടിക്കാഴ്ചയായിരുന്നു അത്. ഞാൻ അവിടെ ഒരധികപ്പറ്റാണെന്ന് എനിക്ക് തോന്നി.

മുതിർന്നവരെപ്പോലെ അവർ പരസ്പരം കെട്ടിപ്പിടിച്ചു. ഹോളിൻ ബാലനെ പലതവണ ചുംബിച്ചു. പിന്നീട് ഒന്നുരണ്ടു ചുവട് പിന്നിലേക്ക് മാറിനിന്ന് അവന്റെ മെല്ലിച്ച തോളുകളിൽ പിടിച്ചുകൊണ്ട് ആഹ്ലാദം തിരതല്ലുന്ന കണ്ണുകളോടെ അയാൾ അവനെ നോക്കി.

“കതസോനൊവ് വഞ്ചിയുംകൊണ്ട് ദീക്കൊവ്ക്കയിൽ നിന്നെ കാത്തുനിൽക്കുന്നുണ്ട്, നീയാണെങ്കിൽ ഇവിടെയും,” അയാൾ പറഞ്ഞു.

“ദീക്കൊവ്ക്കയിൽ നിറയെ ജർമ്മൻകാരാണ്. അവിടെ പുഴയുടെ അടുത്തേക്ക് ചെല്ലാൻ നിവൃത്തിയില്ല,” അപരാധബോധത്തോടെ പുഞ്ചിരിച്ചുകൊണ്ട് ബാലൻ പറഞ്ഞു. “ഞാൻ സൊസ്നോവ്ക്കയിൽ നിന്ന് നീന്തി. പാതിവഴിയെത്തിയപ്പോഴേക്കും ഞാൻ തളർന്നു. പോരാത്തതിന് കൈകാലുകളിൽ മരവിപ്പും. ഞാൻ വിചാരിച്ചു തീർന്നെന്ന്.”

“നീ എന്താ പുഴ നീന്തിക്കടന്നോ?” അത്ഭുതസ്തബ്ധനായി ഹോളിൻ ഉറക്കെ ചോദിച്ചു.

“അതെ, ഒരു തടിയുടെ പുറത്ത്, എന്നോട് ദേഷ്യം തോന്നരുത്. വേറെ മാർഗ്ഗമൊന്നും ഉണ്ടായിരുന്നില്ല. വഞ്ചികളെല്ലാം പുഴയുടെ അങ്ങ് മുകളിലായിരുന്നു. അവയെല്ലാം സൂക്ഷിക്കാൻ പാറാവുകാർ കാവലുണ്ടായിരുന്നു. നിങ്ങളുടെ കൊച്ചുവഞ്ചി ആ ഇരുട്ടത്ത് തിരഞ്ഞുനടക്കുന്നത് അപകടമായിരുന്നു. അങ്ങനെ ചെയ്തിരുന്നെങ്കിൽ തീർച്ചയായും അവർ എന്നെ പിടികൂടിയേനെ. ഞാൻ വല്ലാതെ തളർന്നുപോയി. ആ തടി കറങ്ങുകയും എന്റെ അടിയിൽ നിന്ന് ഊർന്നുപോകുകയും ചെയ്തു കൊണ്ടിരുന്നു. പോരെങ്കിൽ കാലിലെ മരവിപ്പും. ഞാൻ വിചാരിച്ചു കഥകഴിഞ്ഞെന്ന്! ഞാൻ ശക്തിയായ ഒഴുക്കിൽപ്പെട്ട് ഒഴുകിപ്പൊയ്ക്കൊണ്ടിരുന്നു. എങ്ങനെയാണ് ആ ഒഴുക്കിൽ നിന്ന് രക്ഷപെട്ട് കരയ്ക്കടുത്തതെന്ന് എനിക്കറിയില്ല.”

സോസ്നോവ്ക്ക മറുകരയിൽ നദിക്ക് മുകൾഭാഗത്തുള്ള ഒരു ഗ്രാമമായിരുന്നു. ജർമ്മൻകാരുടെ അധീനത്തിലായിരുന്നു അത്. ആ കുട്ടി രണ്ടുകിലോമീറ്ററോളം ഒഴുകി താഴോട്ട് വന്നിരിക്കണം. ഐസ്പോലെ തണുത്ത പുഴയിലെ ശക്തിയായ ഒഴുക്കിനോട് എതിരിട്ട ആ ശോഷിച്ച കുട്ടി ഓക്ടോബർ മാസത്തിലെ ആ ഇരുണ്ട രാത്രിയിൽ മുങ്ങിച്ചാകാതിരുന്നതാണ് അത്ഭുതം.

ഹോളിൻ തിരിഞ്ഞ് ദൃഢമായ മാംസപേശികളുള്ള ഒരു കൈ നീട്ടി എന്റെ കൈപിടിച്ചു കുലുക്കി. അയാൾ സ്യൂട്ട്കെയ്സ് എന്റെ കയ്യിൽ നിന്ന് വാങ്ങി പലകത്തട്ടിന്റെ മീതെവച്ച് തുറന്നു.

“പോയി കാർ ഇവിടെ കൊണ്ടുവരൂ. ഞങ്ങൾ കുറച്ച് ദൂരെയാണ് അത് നിർത്തിയിരിക്കുന്നത്. ആരേയും ഇങ്ങോട്ട് കടത്തിവിടരുതെന്നും അയാൾ സ്വയം ഇങ്ങോട്ട് വരരുതെന്നും പാറാവുകാരന് മുന്നറിയിപ്പ് കൊടുക്കണം. പിടികിട്ടിയോ?”

“പിടികിട്ടിയോ?” എന്ന ചോദ്യം ലെഫ്റ്റനന്റ് കേണൽ ഗ്ര്യാസ്നോവ് എപ്പോഴും ഉപയോഗിക്കുന്ന ഒരു പ്രയോഗമായിരുന്നു. അത് ഞങ്ങളുടെ ഡിവിഷനിൽ മാത്രമല്ല ഹെഡ്ക്വാർട്ടേഴ്സിലും എല്ലാവരും അനുകരിച്ചു.

ഡ്രൈവറെ കണ്ടുപിടിച്ച് സങ്കേതത്തിലേക്കെത്തേണ്ട വഴി കാണിച്ചു കൊടുത്തിട്ട് ഏകദേശം പത്തുമിനിട്ടുകൾ കഴിഞ്ഞ് ഞാൻ തിരിച്ചെത്തി. അപ്പോഴേക്കും ബാലൻ ആളാകെ മാറിക്കഴിഞ്ഞിരുന്നു. അവന് വേണ്ടി പ്രത്യേകം തുന്നിച്ചതാണെന്ന് ഒറ്റനോട്ടത്തിൽത്തന്നെ മനസ്സിലാക്കാൻ കഴിയുന്ന കമ്പിളിത്തുണികൊണ്ടുള്ള ഒരു കുപ്പായമാണ് അവൻ ധരിച്ചിരുന്നത്. “ദേശാഭിമാന യുദ്ധത്തിന്റെ ബഹുമതി”യും “ധീരതയ്ക്കുള്ള” ഒരു പുത്തൻ മെഡലും അതിൽ കുത്തിയിട്ടുണ്ടായിരുന്നു. തൂവെള്ള കഴുത്തുപട്ടയും കടുംനീല ട്രൗസറും വൃത്തിയുള്ള ഉയർന്ന ബൂട്ടുകളും അവൻ ധരിച്ചിരുന്നു. അവൻ ഇപ്പോൾ ഒരു ട്രെയിനിയെപ്പോലെയാണിരുന്നത്. റജിമെന്റിൽ അവർ വളരെപ്പേരുണ്ടായിരുന്നു. അവരിൽ നിന്നും അവനുണ്ടായിരുന്ന വ്യത്യാസം അവന്റെ കുപ്പായത്തിൽ തോൾപ്പട്ട

ഇല്ലായിരുന്നുവെന്നുള്ളതാണ്. കൂടാതെ ട്രെയിനികളെല്ലാവരും കൂടുതൽ ആരോഗ്യവും ശക്തിയും ഉള്ളവരായിരുന്നു.

അവൻ ഒരു സ്റ്റൂളിലിരുന്ന് ശാന്തനായി ഹോളിനോട് സംസാരിക്കയായിരുന്നു. ഞാൻ അകത്തു കടന്നപ്പോൾ അവർ നിശ്ശബ്ദരായി. ഞാൻ കേൾക്കാതെ സംസാരിക്കാൻ വേണ്ടിയാണോ ഹോളിൻ എന്നെ കാറിനടുത്തേക്ക് പറഞ്ഞയച്ചതെന്നുപോലും എനിക്ക് സംശയം തോന്നി.

എങ്കിലും "ഇത്ര താമസിച്ചതെന്താണ്?" എന്ന് അയാൾ മുഖം കനപ്പിച്ചുകൊണ്ട് ചോദിച്ചു. "ഒരു മഗ്ഗ് എടുത്തുകൊണ്ട് ഇവിടെ വന്നിരിക്കൂ." അയാൾ കൂട്ടിച്ചേർത്തു.

അയാൾ കൊണ്ടുവന്ന ആഹാരസാധനങ്ങൾ മേശപ്പുറത്ത് നിരത്തി വൃത്തിയുള്ള ഒരു പത്രക്കടലാസുകൊണ്ട് മൂടിവച്ചിരുന്നു. പന്നിക്കൊഴുപ്പ്, പുകച്ചുണക്കിയ സോസേജ്, രണ്ടുടിൻ ഇറച്ചി, ഒരു പാക്കറ്റ് ബിസ്ക്കറ്റ്, എന്തോ ചില തീറ്റസാധനങ്ങൾ നിറച്ച രണ്ട് ചെറിയ സഞ്ചികൾ, തുണിക്കവറുള്ള ഒരു ഫ്ലാസ്ക് ഇത്രയും മേശപ്പുറത്തുണ്ടായിരുന്നു. പലകത്തട്ടിന്റെ മുകളിൽ ഭംഗിയായി തുന്നിയ, ആൺകുട്ടികൾക്കുള്ള ഒരു ആട്ടിൻതോൽ കോട്ടും ഓഫീസർമാർ ധരിക്കാറുള്ള ചെവിമൂടികളോടുകൂടിയ ഒരു ഫർതൊപ്പിയും വച്ചിരുന്നു.

ഹോളിൻ റൊട്ടി കനം കുറഞ്ഞ കഷ്ണങ്ങളായി മുറിച്ചിട്ട് വോഡ്ക മൂന്നു മഗ്ഗുകളിൽ പകർന്നു. അര മഗ്ഗുവീതം മുതിർന്നവർക്കും ഒരു വിരലിട കുട്ടിക്കും.

"നമ്മുടെ കൂടിക്കാഴ്ചയ്ക്ക്!" എന്ന് ഉല്ലാസഭരിതനായി പറഞ്ഞുകൊണ്ട് ഹോളിൻ മഗ്ഗുയർത്തി.

"ഞാൻ എപ്പോഴും തിരിച്ചുവരുന്നതിന്," കുട്ടി സഗൗരവം പറഞ്ഞു.

ഹോളിൻ അവന്റെ നേരെ ധൃതിയിൽ ഒന്ന് നോക്കിയിട്ട് പറഞ്ഞു:

"നീ സുവോറൊവ് സൈനികസ്കൂളിൽ ചേർന്ന് പഠിച്ച് ഒരു ഓഫീസറാകുന്നതിന്!"

"വേണ്ട. അതു പിന്നീടാവാം," കുട്ടി പ്രതിഷേധിച്ചു. "യുദ്ധം തീരുന്നതുവരെ 'ഞാൻ എപ്പോഴും തിരിച്ചുവരുന്നതിനു വേണ്ടി" കുടിച്ചാൽ മതി."കുട്ടി വാശിയോടെ പറഞ്ഞു.

"ശരി, നിന്റെ ഇഷ്ടംപോലെ. ഇതാ നിന്റെ ഭാവിക്കുവേണ്ടി, വിജയത്തിനുവേണ്ടി ഞാൻ മഗ്ഗ് ഉയർത്തുന്നു!"

ഞങ്ങൾ മഗ്ഗുകൾ കൂട്ടിമുട്ടിച്ചിട്ട് കുടിച്ചു. കുട്ടിക്ക് വോഡ്ക കുടിച്ച് ശീലമില്ലായിരുന്നു. അവൻ ചുമച്ചുതുടങ്ങി. അവന്റെ കണ്ണിൽ നിറഞ്ഞ കണ്ണീർ അവൻ ധൃതിയിൽ തുടച്ചുകളഞ്ഞു. ഹോളിനെ അനുകരിച്ചുകൊണ്ട് അവൻ ഒരു കഷ്ണം റൊട്ടിയെടുത്ത് വളരെനേരം മണത്തുകൊണ്ടിരുന്നു. ഒടുവിൽ അവൻ സാവധാനം അത് ചവച്ചുതുടങ്ങി.

ഹോളിൻ സമർത്ഥമായി കുറെ സാൻഡ്‌വിച്ചുകൾ ഉണ്ടാക്കി കുട്ടിക്ക് കൊടുത്തു. കുട്ടി ഒരെണ്ണം എടുത്ത് മെല്ലെ മടിച്ച് മടിച്ച് തിന്നുതുടങ്ങി.

'തിന്ന്, നിറച്ച തിന്ന്," എന്ന് അവനോട് പറഞ്ഞിട്ട് ഹോളിൻ സ്വയം രുചിയോടെ അവ ഭക്ഷിച്ചും തുടങ്ങി.

"എനിക്ക് തിന്നാൽ തോന്നുന്നില്ല," കുട്ടി ഒരു നെടുവീർപ്പോടെ പറഞ്ഞു. "എനിക്ക് തിന്നാൻ കഴിയുന്നില്ല."

അവൻ ഹോളിനോട് വളരെ അടുപ്പമുള്ള ഒരാളോടെന്നപോലെയാണ് പെരുമാറിയത്. അവൻ എന്നെ ശ്രദ്ധിച്ചതേയില്ല. വോഡ്ക കുടിച്ചതിനാൽ ഉത്തേജിതരായ ഹോളിനും ഞാനും ഇഷ്ടംപോലെ തിന്നുകൊണ്ടിരുന്നു. എന്നാൽ ബാലൻ രണ്ട് ചെറിയ സാൻഡ്‌വിച്ചുകൾ തിന്നിട്ട് കൈലേസുകൊണ്ട് കൈയും വായും തുടച്ചു.

"എനിക്ക് മതിയായി." അവൻ പിറുപിറുത്തു.

വർണ്ണക്കടലാസിൽ പൊതിഞ്ഞ കുറേ ചോക്കലേറ്റ് ഹോളിൻ മേശപ്പുറത്തിട്ടു. ചോക്കലേറ്റ് കണ്ടിട്ട് ആ കുട്ടിയുടെ മുഖത്ത് അൽപംപോലും സന്തോഷം ഉണ്ടായില്ല അവന്റെ പ്രായത്തിലുള്ള മറ്റേതൊരു കുട്ടിയും അതുകണ്ടാൽ തുള്ളിച്ചാടുമായിരുന്നു. ചോക്കലേറ്റ് തിന്നുതിന്ന് മടുത്ത ഒരാളുടെ മട്ടിൽ അനാസ്ഥയോടെ മെല്ലെ ഒരു ചോക്കലേറ്റ് കൈയിലെടുത്ത് പൊതി മാറ്റി ഒരു കൊച്ചുകഷ്ണം അവർ കടിച്ചുതിന്നു. ബാക്കിയുള്ളതെല്ലാം മേശയുടെ മദ്ധ്യത്തിലേക്ക് തള്ളിനീക്കിക്കൊണ്ട് അവൻ പറഞ്ഞു:

"തിന്നോളൂ."

"വേണ്ട ചങ്ങാതി, വോഡ്ക കുടിച്ചിട്ട് മധുരം തിന്നാൻ പാടില്ല." ഹോളിൻ പറഞ്ഞു.

"എന്നാൽ നമുക്ക് പോകാം," പെട്ടെന്ന് എണീറ്റുനിന്ന് മേശപ്പുറത്തേക്ക് നോക്കാതെ കുട്ടി പറഞ്ഞു. "ലെഫ്റ്റനന്റ്കേണൽ എന്നെ കാത്തിരിക്കയാണ്. സമയം കളയാതെ നമുക്ക് അങ്ങോട്ടുചെല്ലാം."

"ശരി, ഉടൻ പോകാം." ഹോളിൻ തെല്ലൊരു അതൃപ്തിയോടെ പറഞ്ഞു. അയാൾ വീണ്ടും എന്റേയും അയാളുടേയും മഗ്ഗിൽ വോഡ്ക പകരാനായി ഫ്ലാസ്ക് കൈയിലെടുത്തതാണ്. എന്നാൽ കുട്ടി എണീറ്റത് കണ്ട് അയാൾ അത് തിരിച്ചുവച്ചു, "ഉടൻ പോകാം," എന്ന് അസന്തുഷ്ടനായി ആവർത്തിച്ചുകൊണ്ട് അയാളും എണീറ്റു.

ആ സമയത്ത് കുട്ടി തൊപ്പി ധരിക്കുകയായിരുന്നു.

"ഇത് ഒരുപാട് വലുതാണല്ലോ!"

"ഇതിലും ചെറുത് കിട്ടിയില്ല. ഞാൻ തന്നെയാണ് ഇത് തെരഞ്ഞെടുത്തത്." ക്ഷമാപണം നടത്തുന്ന മട്ടിൽ ഹോളിൻ പറഞ്ഞു. "അവിടെ ചെല്ലുന്നതുവരെ മതി ഇത്. പിന്നീട് എന്തെങ്കിലും വഴി കണ്ടുപിടിക്കാം."

ഹോളിൻ മേശപ്പുറത്ത് ബാക്കിവന്ന തീറ്റസാധനങ്ങളുടെ നേരെ വ്യസനത്തോടെ കണ്ണോടിക്കുകയും ഫ്ലാസ്ക് കയ്യിലെടുത്ത് കുലുക്കി നോക്കുകയും ചെയ്തിട്ട് ഖേദപൂർവ്വം എന്നെ നോക്കി ഒരു നെടുവീർപ്പോടെ പറഞ്ഞു: "ഇതൊക്കെ പാഴായിപ്പോകുന്നത് കഷ്ടമാണ്! അല്ലേ?"

"അത് ഇദ്ദേഹം എടുത്തോട്ടെ," കുട്ടി തെല്ലൊരു അതൃപ്തിയോടും പുച്ഛത്തോടുംകൂടി പറഞ്ഞു. "നിങ്ങൾക്ക് വിശക്കുന്നില്ലല്ലോ?"

"ഇല്ല! പക്ഷേ ഈ ഫ്ലാസ്ക് ഞങ്ങളുടെ വകുപ്പിന്റെ കണക്കിൽ ചേർത്തിട്ടുള്ളതാണ്. മിറായി ഇയാൾക്ക് ആവശ്യവുമില്ല," ഹോളിൻ തമാശമട്ടിൽ പറഞ്ഞു.

"പിശുക്കനാവരുത്!" കുട്ടി പറഞ്ഞു.

"ശരി, ശരി, മറ്റൊന്നും ചെയ്യാനില്ല," എന്ന് പറഞ്ഞുകൊണ്ട് ഹോളിൻ എന്റെനേരെ തിരിഞ്ഞു. "ആ പാറാവുകാരനെ അവിടുന്ന് പറഞ്ഞയയ്ക്കൂ. മറ്റാരും നമ്മളെ കാണാനിടവരരുത്."

ഞാൻ എന്റെ നനഞ്ഞ മഴക്കോട്ട് ധരിച്ചുകൊണ്ട് ബാലന്റെ അടുത്ത് ചെന്നു. അവന്റെ ആട്ടിൻതോൽ കോട്ടിന്റെ ബട്ടനിട്ടുകൊടുക്കുന്നതിനിടയിൽ ഹോളിൻ പറഞ്ഞു. "കാറിൽ ധാരാളം കച്ചിയുണ്ട്. ഒരു തുറവിടാൻ മാത്രം! പുതപ്പുകളും തലയിണകളും ഞാൻ കൊണ്ടുവന്നിട്ടുമുണ്ട്. ഹെഡ്ക്വാർട്ടേഴ്സിലെത്തുന്നതുവരെ നമുക്ക് ഉറങ്ങാം."

"ശരി, ഇവാൻ, പിരിയാം," കൈ അവന്റെ നേരെ നീട്ടിക്കൊണ്ട് ഞാൻ പറഞ്ഞു.

"പിരിയുകയല്ല, പിന്നെ കാണാം," എന്നു സഗൗരവം പറഞ്ഞുകൊണ്ട് അവൻ തന്റെ കൊച്ചുകൈ എന്റെ നേരെ നീട്ടി.

ഇന്റലിജൻസ് വകുപ്പുകാരുടെ ക്യാൻവാസ് ടോപ്പുള്ള ഡോഡ്ജ് കാർ പത്തുചുവട് അകലെയാണ് കിടന്നിരുന്നത്. ഞാൻ ഒറ്റനോട്ടത്തിൽ അതു കണ്ടില്ല.

"റൊദിയോനൊവ്!" ഞാൻ കാവൽ നിന്നിരുന്ന പട്ടാളക്കാരനെ പതുക്കെ വിളിച്ചു.

"ഉത്തരവ്, സഖാവ് സീനിയർ ലെഫ്റ്റനന്റ്," എന്റെ പിന്നിലായി അയാളുടെ പരുക്കൻ ശബ്ദം കേട്ടു.

"അൽപനേരത്തേക്ക് നിങ്ങളുടെ താവളത്തിലേക്ക് പോവുക! കുറച്ചുകഴിഞ്ഞ് ഞാൻ വിളിക്കാം."

പട്ടാളക്കാരൻ ഇരുട്ടിൽ മറഞ്ഞു.

ഞാൻ ചുറ്റുപാടും നടന്ന് ആരുമില്ലെന്ന് ഉറപ്പുവരുത്തി. ഡോഡ്ജിന്റെ ഡ്രൈവർ സ്റ്റിയറിംഗ്‌വീലിൽ തലചായ്ച്ചുറങ്ങുകയോ മയങ്ങുകയോ ആയിരുന്നു. അയാൾ ആട്ടിൻതോൽ കോട്ടിനു മീതെ ഒരു മഴക്കോട്ടിട്ടിരുന്നു.

ഞാൻ എന്റെ സങ്കേതത്തിലേക്ക് തിരിച്ച് ചെന്ന് ഇരുട്ടിൽ തപ്പി വാതിൽ കണ്ടുപിടിച്ച് തുറന്നു.

"വരൂ."

കുട്ടിയും ഹോളിനും എന്നെ കടന്ന് കാറിനടുത്തേക്കു പോയി. ടർപോളിൻ ഉലയുന്ന ശബ്ദവും അടക്കിപ്പിടിച്ച ഹ്രസ്വമായ സംസാരവും —ഹോളിൻ ഡ്രൈവറെ ഉണർത്തുകയായിരുന്നു—ഞാൻ കേട്ടു. എഞ്ചിൻ സ്റ്റാർട്ടായി, കാർ ഓടിത്തുടങ്ങി.

3

മൂന്ന് ദിവസം കഴിഞ്ഞ് സാൻജന്റ്മേജർ കതസോനൊവ് എന്നെ കാണാൻ വന്നു. ഞങ്ങളുടെ ഡിവിഷന്റെ അന്വേഷണദളത്തിന്റെ കമാണ്ടർ ആയിരുന്നു അദ്ദേഹം.

മുപ്പത് വയസ്സ് കഴിഞ്ഞ ചടച്ച് ഉയരം കുറഞ്ഞ ഒരു മനുഷ്യൻ. അയാളുടെ വായ് നന്നേ ചെറുതായിരുന്നു. മേൽച്ചുണ്ടിന് അൽപം നീളക്കുറവുണ്ടെന്ന് തോന്നി. ചെറിയ പരന്നമൂക്കും സജീവങ്ങളായ ചാരക്കണ്ണുകളുമായിരുന്നു അയാളുടേത്. സാത്വികനായ ആ മനുഷ്യന്റെ സദ്ഭാവമാർന്ന ശാന്തമായ മുഖഭാവം ഒരു മുയലിനെ അനുസ്മരിപ്പിച്ചു. വിനീതനും ശാന്തനും ലജ്ജാശീലനുമായിരുന്നു അയാൾ. അയാൾ സംസാരിക്കുമ്പോൾ ഉണ്ടായിരുന്ന കൊഞ്ഞയാവാം അയാളെ ലജ്ജാലുവും മൗനിയുമാക്കിയത്. ഞങ്ങളുടെ സേനാവിഭാഗത്തിൽ തടവുകാരെ റാഞ്ചാൻ ഏറ്റവും കഴിവുള്ള ആളായിരുന്നു അയാളെന്ന് വിശ്വസിക്കാൻ പ്രയാസം തോന്നും.

കതസോനൊവിനെ കണ്ടപ്പോൾ ഞാൻ ബോന്ദരെവിന്റെ കാര്യം ഓർത്തു. കഴിഞ്ഞ രണ്ടുമൂന്നു ദിവസങ്ങളായി ഞാൻ കൂടെക്കൂടെ അവനെപ്പറ്റി ഓർക്കാറുണ്ടായിരുന്നു. അവസരം കിട്ടിയാലുടൻ അവനെപ്പറ്റി കതസോനൊവിനോട് അന്വേഷിക്കണമെന്ന് ഞാൻ തീരുമാനിച്ചു. അയാൾ അറിയുമായിരിക്കണം. അയാളാണല്ലോ ദീക്കൊവ്ക്കയിൽ വഞ്ചിയുമായി അവനെ കാത്തുനിന്നിരുന്നത്.

ഭൂഗർഭ സങ്കേതത്തിനുള്ളിൽ പ്രവേശിച്ച കതസോനൊവ് തന്റെ കരിംചുവപ്പ് തൊപ്പിയിൽ കൈമുട്ടിച്ചിട്ട് വാതിൽക്കൽതന്നെ ക്ഷമയോടെ കാത്തുനിന്നു. ഉദ്യോഗസ്ഥന്മാരുമായുള്ള എന്റെ ജോലി തീരുന്നതും കാത്ത് നിൽക്കുകയായിരുന്നു അയാൾ.

ടെലിഫോൺ വഴി അൽപം മുമ്പ് മാസ്ലൊവിന്റെ ഒരു ഉപദേശപ്രസംഗം കേട്ടതിന്റെ ഫലമായി ഞാൻ കുപിതനും ക്ഷുഭിതനുമായിരിക്കുകയായിരുന്നു. എന്നും രാവിലെ ആദ്യം അദ്ദേഹം ചെയ്യുന്നത് എന്നെ ഫോണിൽ വിളിക്കുകയാണ്. എപ്പോഴും ഒരേ കാര്യത്തിനായിരിക്കും അത്. റിപ്പോർട്ടുകളും പ്രസ്താവനകളും ഫോറങ്ങളും പടങ്ങളും സമയത്തും

അസമയത്തും അദ്ദേഹത്തിന് വേണ്ടിയിരുന്നു. ഈ കടലാസുപണികളിൽ ചിലത് വാസ്തവത്തിൽ അദ്ദേഹം സ്വയം കണ്ടുപിടിച്ചതാണോ എന്നുപോലും എനിക്ക് സംശയം തോന്നിയിട്ടുണ്ട് - അദ്ദേഹത്തിന് അത് അത്രക്ക് പ്രിയംകരമായിരുന്നു.

ഞാൻ ഈ കടലാസുകളെല്ലാം സമയത്തിന് കൃത്യമായി ഹെഡ്ക്വാർട്ടേഴ്സിൽ എത്തിച്ചാൽ യുദ്ധം ഉടനടി അവസാനിക്കുമെന്നും വിജയം ഞങ്ങൾക്കായിരിക്കുമെന്നും അദ്ദേഹത്തിന്റെ സംസാരം കേട്ടാൽ തോന്നിപ്പോകും. യുദ്ധത്തിന്റെ ഭാവി തന്നെ എന്നെ ആശ്രയിച്ചാണെന്ന് തോന്നി. മാസ്ലൊവ് ആവശ്യപ്പെട്ടത് ഞാൻ ഹൃദയവും ആത്മാവും ആ ജോലിയിൽ "നിക്ഷേപിക്കണ"മെന്നാണ്, ഞാൻ എല്ലാം അതിൽ "നിക്ഷേപിച്ചെ"ങ്കിലും എനിക്ക് സഹായികളോ ബറ്റാലിയനിൽ പരിചയസമ്പന്നരായ ഉദ്യോഗസ്ഥന്മാരോ ഇല്ലാതിരുന്നതിന്റെ വിടവ് നികത്താൻ കഴിഞ്ഞില്ല. ഞങ്ങളുടെ കടലാസുജോലി ഒരിക്കലും സമയത്ത് പൂർത്തിയായില്ല. എപ്പോഴും അതിൽ എന്തെങ്കിലും യുദ്ധം ചെയ്യുകയാണെന്ന് എനിക്ക് പലപ്പോഴും തോന്നിയിട്ടുണ്ട്. ശരിക്കുള്ള ഒരു ബറ്റാലിയൻ കമാണ്ടർ വന്ന് എന്നെ ഈ ജോലിയിൽ നിന്ന് വിമുക്തനാക്കുന്ന സമയം പ്രതീക്ഷിച്ച് ഞാൻ കഴിഞ്ഞു.

ഞാൻ ഉദ്യോഗസ്ഥന്മാരെ ശപിച്ചുകൊണ്ടിരുന്ന സമയമത്രയും കതസോനൊവ് ശാന്തനായി വാതിലിനടുത്ത് കാത്തുനിന്നു.

"എന്നെ കാണാൻ കാത്തുനിൽക്കുകയാണോ?" ഒടുവിൽ അയാളുടെ നേരെ തിരിഞ്ഞ് ഞാൻ ചോദിച്ചു. വാസ്തവത്തിൽ അങ്ങനെ ഒരു ചോദ്യം ചോദിക്കേണ്ട ആവശ്യമുണ്ടായിരുന്നില്ല. കതസോനൊവ് വരുമെന്നും നിരീക്ഷണ ചൗക്കയിൽ അയാൾക്ക് പ്രവേശനം അനുവദിക്കണമെന്നും എല്ലാവിധ സഹായങ്ങളും അയാൾക്ക് ഞാൻ ചെയ്തുകൊടുക്കണമെന്നും മാസ്ലൊവ് നേരത്തെതന്നെ എനിക്ക് മുന്നറിയിപ്പ് തന്നിരുന്നു.

"അതെ," ലജ്ജയോടെ പുഞ്ചിരിച്ചുകൊണ്ട് കതസോനൊവ് പറഞ്ഞു. "എനിക്ക് ജർമ്മൻകാരെ ഒരുനോക്ക് കാണണം."

"ശരി, പോയി നോക്കിക്കോളൂ," ഗൗരവം തോന്നിക്കാൻ വേണ്ടി അൽപസമയം മൗനംപൂണ്ടിട്ട് ഞാൻ ദാക്ഷിണ്യഭാവത്തിൽ പറഞ്ഞു . ബാറ്റാലിയന്റെ നിരീക്ഷണ ചൗക്കയിലേക്ക് അയാളെ കൂട്ടിക്കൊണ്ടുപോകാൻ ഒരു ദൂതന് കൽപ്പനയും കൊടുത്തു.

രണ്ട് മണിക്കൂർ കഴിഞ്ഞ് റിപ്പോർട്ട് ഹെഡ്ക്വാർട്ടേഴ്സിലേക്കയച്ചതിന് ശേഷം ബറ്റാലിയന്റെ കുശിനിയിൽ ആഹാരം രുചിച്ചുനോക്കാൻ പോയവഴി ഞാൻ കുറ്റിക്കാടിനിടയിലൂടെ നിരീക്ഷണചൗക്കയിലേക്കു നടന്നു.

ദൂരദർശിനിയിലൂടെ കതസോനൊവ് ജർമ്മൻകാരെ "ഒരുനോക്ക്" കാണുകയായിരുന്നു. ആ കാഴ്ച എനിക്ക് സുപരിചിതമായിരുന്നെങ്കിലും ഞാനും ഒന്നുനോക്കി.

ദ്നീപ്പറിന്റെ കാറ്റടിച്ച് ചുളുങ്ങിയ വീതി കൂടിയ ഇരുണ്ട ജലപ്പരപ്പിനപ്പുറത്ത് ശത്രുവിന്റെ കര തെളിഞ്ഞുകാണാമായിരുന്നു. വെള്ളത്തിന്റെ വക്കിൽ വീതി കുറഞ്ഞ ഒരു മണൽത്തിട്ട ഉണ്ടായിരുന്നു. അതിന് മുകളിൽ ഒരുമീറ്ററിൽ കൂടുതൽ പൊക്കമുള്ള മുകൾപരന്ന ഒരു പാറക്കെട്ട് ഉന്തിനിന്നിരുന്നു. അതിനു പിന്നിലായി അങ്ങിങ്ങായി കുറ്റിച്ചെടികൾ വളർന്ന് നിൽക്കുന്ന കളിമണ്ണ് നിറഞ്ഞ ചരിഞ്ഞ പുഴയോരം കാണാം. രാത്രികാലങ്ങളിൽ അവിടെ ശത്രുവിന്റെ കാവൽചൗക്കകളിൽ നിന്നുള്ള പാറാവുകാർ ചുറ്റിനടന്നുകൊണ്ടിരുന്നു. കുറേക്കൂടി മുകളിലായി ഏകദേശം എട്ടുമീറ്ററോളം ഉയരമുള്ള ചെങ്കുത്തായ ഒരു കുന്ന് ഉയർന്ന് നിന്നു. ആ കുന്നിന്റെ മുകളിൽ ഒരറ്റം മുതൽ മറ്റേയറ്റം വരെ ശത്രുവിന്റെ മുൻനിര കിടങ്ങുകൾ നീണ്ടുകിടന്നിരുന്നു. ആ സമയത്ത് അവിടെ കാവൽക്കാർ മാത്രമേ ഡ്യൂട്ടിക്ക് നിന്നിരുന്നുള്ളൂ. മറ്റുള്ളവർ സങ്കേതങ്ങളിൽ വിശ്രമിക്കയായിരുന്നു. രാത്രിയാകുമ്പോൾ ജർമ്മൻകാർ കിടങ്ങുകളിലേക്ക് ഇഴഞ്ഞിറങ്ങി ഇരുട്ടിലേക്ക് ഒന്നും ഒറ്റയുമായി വെടിവച്ചുകൊണ്ടിരിക്കയും രാത്രി മുഴുവൻ വാണങ്ങൾ വിടുകയും ചെയ്യും.

മറുകരയിലെ മണൽത്തിട്ടയിൽ അഞ്ച് ശവശരീരങ്ങൾ കിടന്നിരുന്നു. പലവശത്തേക്ക് തിരിഞ്ഞ് മാറിമാറി കിടന്നിരുന്ന മൂന്നെണ്ണം ഇപ്പോൾ ചീഞ്ഞഴുകിയിരിക്കണമെന്ന് ഞാൻ ഊഹിച്ചു. അവ ഞാൻ കണ്ടുതുടങ്ങിയിട്ട് ഒരാഴ്ചയിൽ കൂടുതലായി. പുതിയ രണ്ടും പാറക്കെട്ടിൽ ചാരി അടുത്തടുത്തായി ഇരിക്കുന്ന നിലയിലാണ് കാണപ്പെട്ടത്. എന്റെ നിരീക്ഷണചൗക്കയുടെ നേരെ എതിർവശത്തായിരുന്നു അത്. രണ്ടുപേരുടേയും അടിവസ്ത്രങ്ങളൊഴികെ മറ്റ് വസ്ത്രങ്ങളെല്ലാം മാറ്റപ്പെട്ടിരുന്നു. ബൂട്ടുകളും കാണാനുണ്ടായിരുന്നില്ല. ഒരാൾ ധരിച്ചിരുന്ന നാവികരുടെ ഒരു വരയൻബനിയൻ വ്യക്തമായി ഞാൻ കണ്ടു.

"ല്യാഹൈറാവും മൊറോസും," ദൂരദർശിനിയിലൂടെ ഉറ്റുനോക്കിക്കൊണ്ട് കതസോനൊവ് പറഞ്ഞു.

അവർ ഇരുവരും അയാളുടെ സഹപ്രവർത്തകരായിരുന്നു. ഡിവിഷനിലെ അന്വേഷണദളത്തിലെ രണ്ട് സാർജന്റുമാർ. ദൂരദർശനിയിലൂടെ നോക്കിക്കൊണ്ട് കതസോനൊവ് കൊഞ്ഞയോടെ ശാന്തമായ സ്വരത്തിൽ അക്കഥ പറഞ്ഞു.

നാലുദിവസം മുമ്പ് ഒരു തടവുകാരനെ പിടിക്കാനായി അഞ്ചുപേർ അടങ്ങിയ ഒരു അന്വേഷണസംഘം മറുകരയിലേക്ക് പോയി. അവർ പുഴയുടെ കുറെ താഴെച്ചെന്നാണ് അക്കര കടന്നത്. അവർ നിഷ്പ്രയാസം തടവുകാരനെ പിടിച്ചു. എന്നാൽ തിരിച്ചുവരുംവഴി ജർമ്മൻകാർ

അവരെ കണ്ടു. മൂന്നുപേർ തടവുകാരനായ ജർമ്മൻകാരനേയുംകൊണ്ട് വഞ്ചിയിൽ കയറി ഇക്കരെയ്ക്ക് തുഴഞ്ഞ് തുടങ്ങി. എന്നാൽ അവരിലൊരാൾ ഒരു മൈൻപൊട്ടി മരിച്ചു. തടവുകാരന് യന്ത്രത്തോക്കിൽ നിന്നുള്ള വെടിയേറ്റ് മുറിവ് പറ്റി. അന്വേഷണ സംഘത്തിലെ മറ്റ് രണ്ടുപേർ ല്യാഹൊവും(വരയൻബനിയൻ ധരിച്ചയാൾ) മൊറോസും തങ്ങളുടെ സഖാക്കൾ രക്ഷപെടുന്നതിന് വേണ്ടി ജർമ്മൻകാരുടെ നേരെ വെടി വച്ചുകൊണ്ടിരുന്നു.

ആ സംഘട്ടനത്തിൽ അവർ കൊല്ലപ്പെട്ടു. ജർമ്മൻകാർ വസ്തുങ്ങളെല്ലാം എടുത്തുമാറ്റിയിട്ട് രാത്രിയിൽ അവരുടെ ശവശരീരങ്ങൾ വലിച്ചിഴച്ച് ഇപ്പോഴിരിക്കുന്ന സ്ഥാനത്ത് കൊണ്ടുവന്ന് വച്ചു. ഈ വശത്ത് നിന്ന് നോക്കിയാൽ നമുക്ക് കാണാനും അത് മറ്റുള്ളവർക്ക് ഒരു പാഠമായിരിക്കാനും വേണ്ടിയാണ് അവർ ഇങ്ങനെ ചെയ്തിരിക്കുന്നത്.

"അവരെ എടുത്തുകൊണ്ടുവരണം." ഒരു നെടുവീർപ്പോടെ കതസോനൊവ് പറഞ്ഞു.

ഷെൽറ്ററിൽ നിന്ന് പുറത്തിറങ്ങുമ്പോൾ ഞാൻ കതസോനൊവിനോട് ബൊന്ദരെവിനെപ്പറ്റി തിരക്കി.

"ഇവാനോ?" സ്നേഹമസൃണമായ ഒരു പുഞ്ചിരിയോടെ കതസോനൊവ് എന്റെ മുഖത്തേക്ക് നോക്കിക്കൊണ്ട് പറഞ്ഞു. "മിടുക്കൻ കുട്ടി. ഭയങ്കര വാശിക്കാരനാണ്.

അത് മാത്രമാണ് അവന്റെ ദോഷം. ഇന്നലെ അവൻ വലിയ ബഹളം കൂട്ടി."

"എന്തിന്?"

"അവനെപ്പോലുള്ള കൊച്ചുകുട്ടികൾക്ക് പറ്റിയ ഇടമല്ല യുദ്ധമുന്നണി. അവർ അവനെ സുവോറൊവ് സൈനികസ്കൂളിലേക്ക് അയയ്ക്കാൻ നിശ്ചയിച്ചു. കമാണ്ടർ കൽപ്പന എഴുതുകയും ചെയ്തു. പക്ഷേ അവനുണ്ടോ കേൾക്കുന്നു! യുദ്ധം കഴിഞ്ഞുമതിയെന്നാണ് അവന്റെ പിടിവാശി. ഇപ്പോൾ അവന് യുദ്ധം ചെയ്യണം, അന്വേഷണത്തിന് പോകണം എന്ന ഒരൊറ്റ വിചാരമേയുള്ളൂ."

"കമാണ്ടർ കൽപ്പന എഴുതി കഴിഞ്ഞെങ്കിൽ പിന്നെ അവൻ ഇനി എങ്ങനെ അന്വേഷണത്തിന് പോകും?"

"ഈ കുട്ടിയെ പിടിച്ചുനിർത്താൻ ആർക്കും കഴിയുകയില്ല. അവന്റെ ഉള്ളാകെ ജർമ്മൻകാരോടുള്ള വിദ്വേഷംകൊണ്ട് ജ്വലിക്കുകയാണ്. അവനെ നമ്മൾ അയച്ചില്ലെങ്കിൽ അവൻ തനിച്ച് ഇറങ്ങിത്തിരിക്കും. ഇതിനുമുമ്പ് അവൻ അങ്ങനെ ചെയ്തിട്ടുണ്ട്." കതസോനൊവ് ഒരു നെടുവീർപ്പോടെ പറഞ്ഞു. അയാൾ തന്റെ വാച്ചിലേക്ക് നോക്കിക്കൊണ്ട് ധൃതിയിൽ ചോദിച്ചു: "എനിക്ക് പോകാൻ സമയമായി. പീരങ്കിപ്പടയുടെ നിരീക്ഷണ ചൗക്കയിലേക്കുള്ള വഴി ഇതാണോ?"

അടുത്ത നിമിഷം അയാൾ ചെടികൾ കൈകൊണ്ട് വകഞ്ഞുമാറ്റി ശബ്ദമുണ്ടാക്കാതെ കുറ്റിക്കാട്ടിലൂടെ നടന്നുമറഞ്ഞു.

* * *

ഞങ്ങളുടെ ബറ്റാലിയന്റേയും വലതുവശത്തുള്ള മൂന്നാം ബറ്റാലിയന്റേയും നിരീക്ഷണചൗക്കകളിൽ നിന്നും ബാറ്ററിയുടെ നിരീക്ഷണകേന്ദ്രത്തിൽ നിന്നും ജർമ്മൻകാരെ "ഒരുനോക്ക്"കണ്ടുകൊണ്ട് കതസോനൊവ് രണ്ട് രാത്രിയും രണ്ട് പകലും കഴിച്ചു. അയാൾ തന്റെ ബുക്കിൽ എന്തൊക്കെയോ വരയ്ക്കുകയും കുറിച്ചെടുക്കുകയും ചെയ്തിരുന്നു. ഞങ്ങളുടെ നിരീക്ഷണ ചൗക്കയിലെ ദൂരദർശനിയിലൂടെ നോക്കിക്കൊണ്ട് അയാൾ ഒരു രാത്രി മുഴുവൻ കഴിച്ചെന്നും പിറ്റേന്ന് രാവിലെയും ഉച്ചയ്ക്കും വൈകിട്ടും അയാൾ വീണ്ടും അവിടെ വന്നെന്നും എനിക്ക് റിപ്പോർട്ട് കിട്ടി. ആ മനുഷ്യൻ എപ്പോഴായിരിക്കും ഉറങ്ങുന്നതെന്ന് ഞാൻ അത്ഭുതപ്പെട്ടു.

മൂന്നാമത്തെ ദിവസം രാവിലെ ഹോളിൻ വന്നു. അയാൾ ഉത്സാഹപൂർവം എല്ലാവരേയും അഭിവാദ്യം ചെയ്തുകൊണ്ട് സ്റ്റാഫിനുള്ള ഭൂഗർഭസങ്കേതത്തിലേക്ക് കയറിവന്നു. എന്റെ കൈ പിടിച്ച് വേദനിക്കുംവണ്ണം ശക്തിയായി അമർത്തിക്കൊണ്ട് അയാൾ പറഞ്ഞു. "ഇതാ, പിടിച്ചോ, കുറഞ്ഞുപോയെന്നു പരാതിപ്പെടരുത്."

പിന്നീട് അയാൾ "തന്നെ എനിക്ക് ആവശ്യമുണ്ട്." എന്നൊരു മുന്നറിയിപ്പ് തന്നിട്ട് ടെലിഫോൺ കൈയിലെടുത്ത് മൂന്നാമത്തെ ബറ്റാലിയനുമായി ബന്ധപ്പെടുത്താൻ ആവശ്യപ്പെട്ടു. അതിന്റെ ചുമതലവഹിച്ച ക്യാപ്റ്റൻ ര്യാബ്തസെവുമായി അയാൾ സംസാരിച്ച് തുടങ്ങി.

"കതസോനൊവ് അങ്ങോട്ട് വരും. അയാൾക്ക് വേണ്ട സഹായങ്ങളൊക്കെ ചെയ്തുകൊടുക്കണം. എല്ലാകാര്യവും അയാൾ പറയും. അയാൾക്ക് ചൂടുള്ള ആഹാരം കൊടുക്കാൻ മറക്കരുത്. ഇനി കേൾക്കു. പീരങ്കിക്കാരോ മറ്റാരെങ്കിലുമോ എന്നെ അന്വേഷിച്ചാൽ ഞാൻ നിങ്ങളുടെ ഹെഡ്ക്വാർട്ടേഴ്സിൽ 13-00 മണിക്ക് ശേഷം എത്തുമെന്ന് പറയണം. എനിക്ക് തന്നേയും ആവശ്യമുണ്ട്. പ്രതിരോധപദ്ധതിയുമായി താൻ അവിടെത്തന്നെ കാണുകയും വേണം."

ക്യാപ്റ്റർ ര്യാബ്ത്സെവിന് ഹോളിനേക്കാൾ പത്തുവയസ്സ് കൂടുതലുണ്ടായിരുന്നെങ്കിലും ഹോളിൻ അദ്ദേഹത്തെ "താൻ" എന്നാണ് വിളിച്ചിരുന്നത്. ഹോളിൻ എന്നേയും ര്യാബ്ത്സെവിനേയും തന്റെ കീഴുദ്യോഗസ്ഥന്മാരായാണ് കണക്കാക്കിയിരുന്നതെങ്കിലും വാസ്തവത്തിൽ അയാൾ ഞങ്ങളുടെ മേധാവിയായിരുന്നില്ല. അത് അയാളുടെ ഒരു സ്വഭാവമായിരുന്നു. ഹെഡ്ക്വാർട്ടേഴ്സിലെ ഓഫീസർമാരോടും ഞങ്ങളുടെ റജിമെന്റിന്റെ കമാണ്ടറോട് പോലും അയാൾ അങ്ങനെ തന്നെയാണ് പെരുമാറിയത്. ഞങ്ങളെ സംബന്ധിച്ചിടത്തോളം

അയാൾ ഉന്നതസ്ഥാനത്തുനിന്നുള്ള പ്രതിനിധിയായിരുന്നുവെന്നുള്ളത് ശരിതന്നെ. എന്നാൽ അത് മാത്രമായിരുന്നില്ല കാരണം. പട്ടാളത്തിൽ ഏറ്റവും പ്രധാനപ്പെട്ട വകുപ്പ് താൻ സേവനമനുഷ്ഠിക്കുന്ന വകുപ്പാണെന്ന് മറ്റെല്ലാ ഇന്റലിജൻസ് ഓഫീസർമാരേയും പോലെ അയാളും വിശ്വസിച്ചിരുന്നു. അതുകൊണ്ട് മറ്റുള്ളവരെല്ലാം തന്നെ സഹായിക്കാൻ ബാദ്ധ്യസ്ഥരാണെന്നും അയാൾ വിശ്വസിച്ചു.

റിസീവർ താഴെവച്ചയുടൻ അയാൾ എനിക്ക് മറ്റ് ജോലിത്തിരക്കുണ്ടോ എന്ന് അന്വേഷിക്കാൻ മിനക്കെടാതെ ആജ്ഞാസ്വരത്തിൽ ഇങ്ങനെ പറഞ്ഞു:

"രാക്ഷാനടപടികളുടെ പദ്ധതി എടുത്തുകൊണ്ട് എന്റെ കൂടെ വരൂ. നമുക്ക് തന്റെ പട്ടാളക്കാരെ പോയിനോക്കാം."

അയാളുടെ ധിക്കാരം നിറഞ്ഞ ആ പെരുമാറ്റം എനിക്ക് തീരെ പിടിച്ചില്ല. അയാളുടെ സ്ഥാനത്ത് മറ്റാരായിരുന്നെങ്കിലും ഞാൻ അത് പൊറുക്കുകയില്ലായിരുന്നു. എങ്കിലും അന്വേഷണദളത്തിലെ ഭടന്മാരിൽ നിന്ന് അയാളുടെ ധീരതയേയും കഴിവിനേയും പ്രകീർത്തിക്കുന്ന ധാരാളം കഥകൾ കേട്ടിരുന്നതിനാൽ ഞാൻ പ്രതിഷേധമൊന്നും പുറത്ത് കാണിച്ചില്ല. എനിക്ക് അത്യാവശ്യം ജോലികളൊന്നും ഇല്ലായിരുന്നെങ്കിലും ഹെഡ്ക്വാർട്ടേഴ്സിൽ അൽപം ജോലിയുണ്ട്. അതുകഴിഞ്ഞേ വരാൻ പറ്റൂ എന്ന് ഞാൻ വെറുതെ പറഞ്ഞു. താൻ കാറിൽ കാത്തിരിക്കാമെന്ന് പറഞ്ഞ് അയാൾ പുറത്തുകടന്നു.

റജിമെന്റിൽ നിന്നുള്ള കൽപ്പനകളടങ്ങുന്ന ഫയലുകളും മറ്റ് ചില കടലാസുകളും പരിശോധിച്ചിട്ട് ഉദ്ദേശം കാൽമണിക്കൂർ കഴിഞ്ഞ് ഞാൻ പുറത്തിറങ്ങി. അൽപം അകലെയായി ഏതാനും ഫിർമരങ്ങളുടെ അടിയിൽ ഇന്റലിജൻസ് വകുപ്പിന്റെ ക്യാൻവാസ് ടോപ്പുള്ള ഡോഡ്ജ് കിടന്നിരുന്നു. തോളിൽ ഒരു തോക്കും തൂക്കിയിട്ടുകൊണ്ട് അതിന്റെ ഡ്രൈവർ അതിനടുത്തായി ഉലാത്തിക്കൊണ്ടിരുന്നു. ഒരു വലിയ ഭൂപടം നിവർത്തിപ്പിടിച്ചുകൊണ്ട് ഹോളിൻ സ്റ്റിയറിംഗ്‌വീലിന് പിന്നിൽ ഇരുന്നിരുന്നു. അയാളുടെ തൊട്ടടുത്ത് പ്രതിരോധത്തിന്റെ പ്ലാൻ കൈയിൽ പിടിച്ചുകൊണ്ട് കതസോനൊവ് ഇരിപ്പുണ്ട്. അവർ സംസാരിച്ചുകൊണ്ടിരിക്കയായിരുന്നു. എന്നാൽ ഞാൻ അടുത്തേക്ക് ചെല്ലുന്ന കാലൊച്ച കേട്ടയുടൻ അവർ നിശ്ശബ്ദരായി തലതിരിച്ച് നോക്കി. കതസോനൊവ് ധൃതിയിൽ കാറിൽ നിന്ന് ചാടിയിറങ്ങി തന്റെ ലജ്ജാസമന്വിതമായ പുഞ്ചിരിയോടെ എന്നെ അഭിവാദ്യം ചെയ്തു.

"ശരി, തുടങ്ങാം" ഭൂപടവും പ്ലാനും ചുരുട്ടിവച്ചിട്ട് കാറിൽ നിന്നിറങ്ങിയ ഹോളിൻ അയാളോട് പറഞ്ഞു. "എല്ലാം ശരിയാണോ എന്ന് ഒന്നുകൂടി പരിശോധിച്ച് നോക്കണം. പിന്നീട് ശരിക്ക് വിശ്രമിക്കുകയും ചെയ്യണം. രണ്ടുമൂന്ന് മണിക്കൂറിനുള്ളിൽ ഞാൻ അവിടെ എത്താം."

മുൻനിരയിലേയ്ക്കുള്ള അനേകം പാതകളിലൊന്നിലൂടെ ഞാൻ ഹോളിനെ നയിച്ചു. ഡോഡ്ജ് മൂന്നാം ബറ്റാലിയനെ ലക്ഷ്യമാക്കി ഓടി ത്തുടങ്ങി. ഹോളിൻ ഉദ്വേഗഭരിതനും ഉല്ലാസവാനുമായി കാണപ്പെട്ടു. വഴിനീളെ ചൂളമടിച്ചുകൊണ്ടാണ് അയാൾ നടന്നത്. നല്ല തണുപ്പുള്ള പ്രശാന്തമായ ഒരു ദിവസമായിരുന്നു അത്. ആ ശാന്തത കണ്ടാൽ യുദ്ധകാലമാണ് അതെന്നുപോലും തോന്നുകയില്ലായിരുന്നു. എന്നാൽ യുദ്ധം കൺമുമ്പിൽതന്നെ ഉണ്ടായിരുന്നു: കാടിന്റെ അതിരിൽ അങ്ങറ്റം ഇങ്ങറ്റം നീണ്ടുകിടന്ന പുതുതായി കുഴിച്ച കിടങ്ങും വാർത്താവിനിമ യത്തിന് വേണ്ടിയുള്ള കിടങ്ങിലേക്ക് കടക്കാനായി ഇടതുവശത്ത് ഉണ്ടാക്കിയിരുന്ന വഴിയും അതിനുള്ള തെളിവാണ്. മുകൾഭാഗം മൂടി, പുല്ലും കുറ്റിച്ചെടികളുംകൊണ്ട് മറച്ച നൂറുമീറ്ററോളം നീളമുള്ള ഒരു തുരങ്ക മായിരുന്നു വാർത്താവിനിമയത്തിനുള്ള കിടങ്ങ്. അത് പുഴവക്കുവരെ നീണ്ടുകിടന്നു.

ബറ്റാലിയനിൽ ആളുകൾ കുറവായിരുന്നു. ഒരു സമയത്ത് ഒരൊറ്റ കമ്പനിയിലെ ഭടന്മാർ തനിച്ച് രാത്രികാലങ്ങളിൽ കുഴിച്ചുണ്ടാക്കി യതാണ് ആ കിടങ്ങ്. കഠിനമായ ഒരു ജോലിയായിരുന്നു അത്. ഞാൻ അക്കാര്യം ഹോളിനോട് പറഞ്ഞു. അയാൾ ഞങ്ങളെ അതിന് പ്രശംസിക്കുമെന്നാണ് ഞാൻ വിചാരിച്ചത്. എന്നാൽ അശ്രദ്ധമായി ചുറ്റും കണ്ണോടിച്ചുകൊണ്ട് നിരീക്ഷണചൗക്കകൾ എവിടെയാണെന്ന് ചോദിക്കുക മാത്രമാണ് അയാൾ ചെയ്തത്. ഞാൻ അവ കാണിച്ചുകൊ ടുത്തു.

"എത്ര ശാന്തമാണ് ഇവിടെ!" എന്ന് തെല്ലൊരു അത്ഭുതത്തോടെ പറഞ്ഞിട്ട് അയാൾ കാടിന്റെ അതിരിലുള്ള ഏതാനും കുറ്റിച്ചെടികളുടെ പിന്നിൽ മറഞ്ഞുനിന്നുകൊണ്ട് ദ്നീപ്പർ നദിയും മറുകരയും ഫീൽഡ്ഗ്ലാ സിലൂടെ പരിശോധിച്ച് തുടങ്ങി. ഞങ്ങൾ നിന്നിരുന്ന ചെറുകുന്നിൽ നിന്ന് നോക്കിയാൽ മറുകരയുടെ നല്ലൊരു ദൃശ്യം കിട്ടുമായിരുന്നു. എന്റെ "പട്ടാളക്കാരെ" പരിശോധിക്കാൻ അയാൾക്ക് യാതൊരു താൽപര്യ വും ഉണ്ടായിരുന്നില്ലെന്ന് തോന്നി.

അയാൾ പുഴ പരിശോധിച്ചുകൊണ്ടിരുന്നപ്പോൾ പിന്നിൽ നിന്നിരു ന്ന എനിക്ക് പെട്ടെന്ന് ബോന്ദരെവിനെപ്പറ്റി ഓർമ്മ വന്നു.

"എന്റെ സങ്കേതത്തിൽ അന്ന് വന്ന ബാലൻ ആരാണ്? അവൻ എവിടുന്ന് വന്നു?"

"ബാലനോ?" മറ്റേന്തോ ആലോചിച്ചുകൊണ്ട് ഹോളിൻ ചോദിച്ചു. "ങാ, ഇവാനെപ്പറ്റിയാണ്, അല്ലേ? അതിജിജ്ഞാസ അപകടമാണെ ന്ന് കേട്ടിട്ടില്ലേ? വരൂ, നമുക്ക് തന്റെ തുരങ്കത്തിലേക്ക് പോകാം."

ആ കിടങ്ങിൽ ഇരുട്ടായിരുന്നു. വെളിച്ചം കയറാൻ അവിടെയും ഇവിടെയും ചില പഴുതുകൾ ഇട്ടിരുന്നുവെങ്കിലും അവ മരച്ചില്ലകൾകൊണ്ട്

മറച്ചിരുന്നു. തല അൽപം കുനിച്ചുപിടിച്ചുകൊണ്ട് ഞങ്ങൾ ആ അർദ്ധാന്ധകാരത്തിലൂടെ മുന്നോട്ട് പോയ്ക്കൊണ്ടിരുന്നു. ആ ഈർപ്പമുള്ള ഇരുണ്ട പാത അവസാനിക്കയില്ലെന്ന് തോന്നി. ഒടുവിൽ കൂടുതൽ വെളിച്ചം ഉള്ളിൽ കണ്ടുതുടങ്ങി. ദ്നീപ്പറിന്റെ പതിനഞ്ച് മീറ്റർ അടുത്തുള്ള കാവൽചൗക്കയുടെ കിടങ്ങിൽ ഞങ്ങൾ എത്തിച്ചേർന്നു.

പാറാവ് സംഘത്തിന്റെ തലവനായ യുവസാർജന്റ് ഹോളിന്റെ വിരിഞ്ഞ മാറും അന്തസ്സുറ്റ രൂപവും ഒളിഞ്ഞുനോക്കിക്കൊണ്ട് എനിക്ക് റിപ്പോർട്ട് തന്നു.

പുഴക്കരയിൽ മണലായിരുന്നെങ്കിലും കിടങ്ങിനകത്ത് പാദം മൂടാൻ മാത്രംകഴിഞ്ഞ ചെളി ഉണ്ടായിരുന്നു. കിടങ്ങിന്റെ അടിത്തട്ട് പുഴയിലെ ജലവിതാനത്തെക്കാൾ താഴെയായിരുന്നതാകാം അതിന് കാരണം.

ധാരാളം സംസാരിക്കാനും തമാശപറയാനും ഹോളിന് തോന്നുന്ന ചില സന്ദർഭങ്ങളുണ്ടെന്ന് എനിക്കറിയാമായിരുന്നു. ഇപ്പോൾ അതാണുണ്ടായത്. അയാൾ ഒരു പായ്ക്കറ്റ് സിഗററ്റ് പുറത്തെടുത്ത് എനിക്കും പട്ടാളക്കാർക്കും നീട്ടി. സിഗരറ്റ് കത്തിച്ചുകൊണ്ട് അയാൾ ഉന്മേഷത്തോടെ പറഞ്ഞു.

“എന്തൊരു ജീവിതമാണ് നിങ്ങളുടേത്. ഒരു യുദ്ധം നടക്കുകയാണെന്ന് തോന്നുകപോലുമില്ല. എന്തൊരു ശാന്തിയും സമാധാനവുമാണ് ചുറ്റുപാടും!”

“അതെയതെ ശരിക്കും ഒരു സുഖവാസകേന്ദ്രം തന്നെ!” യന്ത്രത്തോക്കുകാരനായ ഭടൻ പറഞ്ഞു. പഞ്ഞിയടിച്ച ജാക്കറ്റും ട്രൗസറും ധരിച്ച മെല്ലിച്ച ആ സാധാരണ ഭടന്റെ തോളുകൾ അൽപം കുനിയാണിരുന്നിരുന്നത്. അയാൾ തന്റെ ഹെൽമറ്റ് എടുത്ത് ഒരു തുമ്പയുടെ പിടിയിൽ വച്ചിട്ട് അത് കിടങ്ങിന്റെ മുകളിൽ കാണത്തക്ക വണ്ണം ഉയർത്തിപ്പിടിച്ചു. ഏതാനും സെക്കന്റുകൾക്കകം മറുകരയിൽ നിന്ന് വെടിപൊട്ടുന്ന ശബ്ദം കേട്ടുതുടങ്ങി. തലയ്ക്ക് മുകളിലൂടെ വെടിയുണ്ടകൾ ചീറിപ്പാഞ്ഞു.

“സ്തൈപ്പെർ?” ഹോളിൻ ചോദിച്ചു.

“സുഖവാസകേന്ദ്രം!” ചുപാഹിൻ മുഖം വീർപ്പിച്ചുകൊണ്ട് പറഞ്ഞു.

ഇരുളടഞ്ഞ തുരങ്കംവഴി തന്നെ ഞങ്ങൾ നിരീക്ഷണചൗക്കയിലേക്ക് മടങ്ങി. ഞങ്ങളുടെ മുൻനിര ഇത്ര ശ്രദ്ധാപൂർവ്വം ജർമ്മൻകാർ നിരീക്ഷിച്ചുകൊണ്ടിരിക്കുന്നത് ഹോളിനെ അസ്വസ്ഥനാക്കി. ശത്രു ജാഗരൂകനും സൂക്ഷ്മദൃക്കും ആയിരുന്നത് തികച്ചും സ്വഭാവികമായിരുന്നെങ്കിലും ഹോളിൻ നിരുന്മേഷനും നിശബ്ദനുമായിത്തീർന്നു.

നിരീഷണചൗക്കയിലെത്തിയ ഉടൻതന്നെ അയാൾ ദൂർദർശിനിയുടെ അടുത്തേക്ക് നടന്നു. ഉദ്ദേശം പത്തുമിനിട്ട് നേരം അതിലൂടെ നദിയുടെ വലത്തേക്കര പരിശോധിച്ചശേഷം അയാൾ അവിടെ

ഉണ്ടായിരുന്ന നിരീക്ഷകരോട് പല ചോദ്യങ്ങളും ചോദിക്കുകയും ലോഗ്ബുക്ക് പരിശോധിക്കുകയും ചെയ്തു. ശത്രുവിന്റെ പെരുമാറ്റരീതിയും ശീലങ്ങളും വെളിപ്പെടുത്തുന്ന യാതൊന്നും അതിലുള്ള കുറിപ്പുകളിൽ കാണുന്നില്ല എന്നുപറഞ്ഞ് അയാൾ അവരുടെ നേരെ തട്ടിക്കയറി.

ഞാൻ അതിനോട് യോജിച്ചില്ല, എങ്കിലും അഭിപ്രായമൊന്നും പുറത്ത് പറഞ്ഞില്ല. “അതാരാണെന്ന് തനിക്കറിയാമോ?” മറുകരയിൽ കണ്ട ശവശരീരങ്ങളെ ഉദ്ദേശിച്ച് ഹോളിൻ എന്നോടു ചോദിച്ചു.

“അറിയാം.”

“താൻ വിചാരിച്ചാൽ അവരെ കൊണ്ടുപോരാൻ പറ്റില്ലെന്നാണോ അതിന്റെ അർത്ഥം?” പുച്ഛത്തോടെ അയാൾ തുടർന്നു. “ഒരു മണിക്കൂർ നേരത്തെ ജോലിയേയുള്ളൂ. മുകളിൽ നിന്നുള്ള കൽപ്പന കാത്തിരിക്കയായിരിക്കും, ഇല്ലേ?”

ഷെൽറ്ററിൽ നിന്ന് പുറത്തുകടന്നപ്പോൾ ഞാൻ ചോദിച്ചു:

“താങ്കളും കതസോനൊവും എപ്പോഴും എന്താണ് അക്കരെയ്ക്ക് നോക്കിക്കൊണ്ടിരിക്കുന്നത്? ഒരു ആക്രമണത്തിന് ഉദ്ദേശിക്കുന്നുണ്ടോ?”

“ആവശ്യപ്പെട്ടാൽ വിശദവിവരങ്ങൾ ലഭിക്കും” എന്ന് എന്റെ മുഖത്തു നോക്കാതെ പറഞ്ഞിട്ട് ഹോളിൻ കാട്ടിലൂടെ മൂന്നാമത്തെ ബറ്റാലിയനെ ലക്ഷ്യമാക്കി നടന്നു.

ഞാൻ പിന്നാലെ ചെന്നു.

“എനിക്കിനി തന്നെ ആവശ്യമില്ല,” തിരിഞ്ഞുനോക്കാതെ അയാൾ ധൃതിയിൽ പറഞ്ഞു.

ഞാൻ അവിടെ നിന്നു. ഹോളിൻ നടന്നകലുന്നത് അതൃപ്തിയോടെ തെല്ലിട നോക്കിനിന്നിട്ട് ഞാൻ തിരിഞ്ഞ് ഹെഡ്ക്വാർട്ടേഴ്സിലേക്ക് നടന്നു.

ഹോളിന്റെ അഹങ്കാരം നിറഞ്ഞ പെരുമാറ്റം എനിക്കിഷ്ടപ്പെട്ടില്ല. അയാൾ പരിഹസിച്ചതോർത്ത് എനിക്ക് ശുണ്ഠി വന്നു. ഞാൻ അടക്കിയ ശബ്ദത്തിൽ അയാളെ ചീത്ത പറഞ്ഞു. ആവഴി കടന്നുപോയ ഒരു പട്ടാളക്കാരൻ എന്നെ സല്യൂട്ട് ചെയ്തിട്ട് അത്ഭുതത്തോടെ തിരിഞ്ഞുനോക്കുന്നത് ഞാൻ കണ്ടു.

ഹെഡ്ക്വാർട്ടേഴ്സിലെത്തിയപ്പോൾ ഗ്രമസ്തൻ റിപ്പോർട്ട് ചെയ്തു:

‘മേജർ രണ്ട് പ്രാവശ്യം ഫോൺ ചെയ്തിരുന്നു. താങ്കൾ റിപ്പോർട്ട് ചെയ്യണമെന്ന് കൽപ്പിച്ചു.”

ഞാൻ റജിമെന്റ് കമാണ്ടറെ ഫോൺ ചെയ്തു.

“അവിടെ കാര്യങ്ങളൊക്കെ എങ്ങനെയിരിക്കുന്നു?” എന്നായിരുന്നു അദ്ദേഹത്തിന്റെ ആദ്യത്തെ ചോദ്യം. ശാന്തമായ പതിഞ്ഞ ശബ്ദത്തിലാണ് അദ്ദേഹം അത് ചോദിച്ചത്.

"സാധാരണഗതിയിലാണ്, സഖാവ് മേജർ!"

"ഹോളിൻ നിങ്ങളുടെയടുത്ത് വരും. ദയവുചെയ്ത് അയാൾക്ക് വേണ്ട എല്ലാ സഹായങ്ങളും ചെയ്തുകൊടുക്കണം."

"ഹോളിൻ തുലയട്ടെ!" ഞാൻ മനസ്സിൽ പറഞ്ഞു.

അൽപനേരത്തിന് ശേഷം മേജർ തുടർന്നു:

"ഇത് 'വോൾഗ"യുടെ കൽപ്പനയാണ്. നൂറ്റൊന്ന് എനിക്ക് ഫോൺ ചെയ്തു."

ആർമി ഹെഡ്ക്വാർട്ടേഴ്സിനെയാണ് വോൾഗ എന്ന് വിളിക്കുന്നത്. നൂറ്റൊന്ന് ഞങ്ങളുടെ ഡിവിഷന്റെ കമാണ്ടറായ കേണൽ വേറൊനൊവ് ആണ്. "ആരായാലെന്താ," ഞാൻ വിചാരിച്ചു. "ആ ഹോളിന്റെ പിന്നാലെ നടക്കാൻ എന്നെ കിട്ടുകയില്ല. അയാൾ എന്ത് ആവശ്യപ്പെടുന്നുവോ അതുമാത്രം ഞാൻ ചെയ്യും.

പിറകെ നടന്ന് പരിചരിക്കാനൊന്നും ഞാൻ ഉദ്ദേശിക്കുന്നില്ല."

ഹോളിനെപ്പറ്റി മറന്ന് ഞാൻ എന്റെ പതിവ് ജോലികളിൽ വ്യാപൃതനായി.

വൈകുന്നേരം ഞാൻ ബറ്റാലിയന്റെ ചികിത്സാകേന്ദ്രത്തിൽ ചെന്നു. വലതുവശത്ത് മൂന്നാം ബറ്റാലിയന്റെ അടുത്തുള്ള രണ്ട് വിസ്താരമുള്ള ഷെൽറ്ററുകളിലായിരുന്നു അത്. അത് ഞങ്ങൾക്ക് വളരെ ബുദ്ധിമുട്ടുകൾക്ക് കാരണമായി. എന്നാൽ ഞങ്ങൾ ഉപയോഗിച്ചിരുന്ന ഭൂഗർഭ സങ്കേതങ്ങളും അവയിലെ സാധനസാമഗ്രികളും ജർമ്മൻകാർ ഉപേക്ഷിച്ചുപോയതാണ് തീർച്ചയായും അവർ ഞങ്ങളുടെ സൗകര്യം നോക്കിയല്ലല്ലോ അവ ഉണ്ടാക്കിയത്.

പുതിയ മെഡിക്കൽ ഓഫീസർ സ്വർണ്ണമുടിയും നീലകണ്ണുകളുമുള്ള കൃശാംഗിയായ ഒരു ഇരുപതുകാരിയായിരുന്നു. അവൾ തലയിൽ കെട്ടിയിരുന്ന ടവ്വാലയിൽ കൈമുട്ടിച്ച് അലസമായി എന്നെ സല്യൂട്ട് ചെയ്യുകയും തപ്പിത്തടഞ്ഞ് റിപ്പോർട്ട് തരികയും ചെയ്തു. ഞാൻ അതേപ്പറ്റി അവളോട് ഒന്നും പറഞ്ഞില്ല. അവൾക്ക് മുമ്പുണ്ടായിരുന്ന മെഡിക്കൽ ഓഫീസർ വൃദ്ധനായ ഒരു ആർമി അസിസ്റ്റന്റ് സർജനായിരുന്നു സീനിയർ ലെഫ്റ്റനന്റ് വോസ്റ്ററിക്കോവ്. ഒരു ആസ്മാരോഗിയായിരുന്ന അദ്ദേഹം യുദ്ധരംഗത്തുവച്ച് രണ്ടാഴ്ച മുമ്പ് കൊല്ലപ്പെട്ടു. പരിചയസമ്പന്നനും ധീരനും കാര്യശേഷിയുള്ള ആളുമായിരുന്നു അദ്ദേഹം. പക്ഷേ ഈ പെൺകുട്ടി? അവളുടെ കാര്യത്തിൽ ഞാൻ സംതൃപ്തനായിരുന്നെന്ന് പറഞ്ഞുകൂടാ.

അരയിൽ ബെൽറ്റിട്ട് മുറുക്കിയ ഇറുകിയ മിലിറ്ററി ഷർട്ടും ഇടുപ്പിൽ പിടിച്ചുകിടക്കുന്ന പാവാടയും വടിവൊത്ത കാലുകളെ അലങ്കരിച്ചിരുന്ന പൊക്കമുള്ള തുകൽബൂട്ടുകളും ചേർന്ന മിലിറ്ററി യൂണിഫോറം അവൾക്ക്

നന്നായി യോജിച്ചിരുന്നു. ചുരുക്കിപ്പറഞ്ഞാൽ ഞങ്ങളുടെ പുതിയ മെഡിക്കൽ ഓഫീസർ വേണ്ടതിലേറെ സുന്ദരിയായിരുന്നു.

അവളും ഞാനും മോസ്ക്കോക്കാരായിരുന്നുവെന്നും കൂട്ടത്തിൽ പറയട്ടെ. യുദ്ധമില്ലാതിരുന്നെങ്കിൽ പ്രഥമദൃഷ്ടിയിൽതന്നെ ഞാൻ അവളിൽ അനുരക്തനാകുമായിരുന്നു. അവൾ അനുകൂലമായ പ്രതികരണമാണ് കാണിച്ചിരുന്നതെങ്കിൽ ഞാൻ സ്വയം ഒരു ഭാഗ്യവാനായി കരുതുമായിരുന്നു. ഞാൻ അവളുമായി സായാഹ്നങ്ങളിൽ കൂടിക്കാഴ്ച നടത്തുകയും ഗോർക്കി പാർക്കിൽ ചെന്ന് അവളോടൊപ്പം നൃത്തം ചെയ്യുകയും മരങ്ങളുടെ ഇടയിൽവച്ച് അവളെ ചുംബിക്കുകയും ചെയ്തേനെ. പക്ഷേ ഇത് യുദ്ധകാലമാണ്. ഭാഗ്യദോഷം. ഞാൻ ബറ്റാലിയന്റെ കമാണ്ടറാണ്. അവൾ ഒരു മെഡിക്കൽ ഓഫീസറും. എന്നെ സംബന്ധിച്ചിടത്തോളം ഇപ്പോൾ അവൾ ഒരു മെഡിക്കൽ ഓഫീസറല്ലാതെ മറ്റൊന്നുമല്ല അതും തന്റെ ജോലി ശരിക്ക് നിർവ്വഹിക്കാൻ അറിഞ്ഞുകൂടാത്ത ഒരു മെഡിക്കൽ ഓഫീസർ.

പട്ടാളക്കാരുടെ ഇടയിൽ വൃത്തിഹീനത കടന്നുകൂടിയിട്ടുണ്ടെന്നും, അവരുടെ അടിയുടുപ്പുകൾ വേണ്ടത്ര വൃത്തിയായി അലക്കിക്കിട്ടുന്നില്ലെന്നും കുളിക്കാനുള്ള സൗകര്യം ഇതേവരെ ഏർപ്പാടുചെയ്തിട്ടില്ലെന്നും കർക്കശമായ ശബ്ദത്തിൽ ഞാൻ അവളോട് പറഞ്ഞു. ഞാൻ മറ്റുചില പരാതികളും അവളുടെ ശ്രദ്ധയിൽപ്പെടുത്തി. അവൾ കൽപ്പന കൊടുക്കാൻ അവകാശമുള്ള ഒരു ഓഫീസറാണെന്നും അതുകൊണ്ട് എല്ലാ ജോലിയും സ്വയം ചെയ്യുകയല്ല, മെഡിക്കൽ ഓർഡർലികളേയും സ്ട്രെച്ചർവാഹകരേയുംകൊണ്ട് ശരിക്ക് ജോലി ചെയ്യിക്കുകയാണ് വേണ്ടതെന്നും ഞാൻ അവളെ ഓർമ്മപ്പെടുത്തി.

അവൾ തല അൽപം കുനിച്ചുപിടിച്ച് വടിപോലെ നിന്ന്, വിറയ്ക്കുന്ന പതിഞ്ഞശബ്ദത്തിൽ ആവർത്തിച്ചുകൊണ്ടിരുന്നു: “ശരി...ശരി...ശരി...” താൻ പരമാവധി ശ്രമിക്കുന്നുണ്ടെന്നും എല്ലാം താമസിയാതെ “ശരിയാകുമെന്നും” അവൾ എനിക്കുറപ്പുതന്നു.

അവളുടെ ദയനീയമായ മുഖഭാവം കണ്ട് എനിക്ക് സഹതാപം തോന്നി. എന്നാൽ ഞാൻ അത് പുറത്തുകാട്ടാൻ ധൈര്യപ്പെട്ടില്ല, എനിക്ക് അവളോട് സഹതാപം കാട്ടാൻ അവകാശമില്ലായിരുന്നു. പ്രതിരോധത്തിന്റ സമയത്താണെങ്കിൽ ആ വികാരം അനുവദനീയമാണ്. എന്നാൽ ഞങ്ങളുടെ പട്ടാളക്കാർ താമസിയാതെ ഒരു കടന്നാക്രമണം നടത്താനും ദ്നീപ്പർ മുറിച്ചുകടക്കാനും ഒരുങ്ങിക്കൊണ്ടിരിക്കയാണ്. സ്വാഭാവികമായും ഡസൻ കണക്കിന് പട്ടാളക്കാർക്ക് ആ ഉദ്യമത്തിൽ പരുക്കേൽക്കും. അവരുടെ ജീവൻ ഒരു വലിയ പരിധിവരെ ലെഫ്റ്റനന്റിന്റെ തോൾപ്പട്ട അണിഞ്ഞുനിൽക്കുന്ന ഈ പെൺകിടാവിനെ ആശ്രയിച്ചാണിരിക്കുന്നത്.

ചികിത്സാകേന്ദ്രം സ്ഥാപിച്ചിട്ടുള്ള കിടങ്ങിൽ നിന്ന് അസ്വസ്ഥചിത്തനായാണ് ഞാൻ പുറത്തുകടന്നത്. മെഡിക്കൽ ഓഫീസറും എന്റെ ഒപ്പം പുറത്തിറങ്ങി.

ഏകദേശം നൂറ് ചുവടകലെയുള്ള ഒരു ചെറിയ കുന്നിന്റെ പുറത്ത് ഡിവിഷനിലെ പീരങ്കിവിഭാഗത്തിന്റെ നിരീക്ഷണചൗക്ക ഉണ്ടായിരുന്നു. അതിന്റെ പിൻഭാഗത്ത് ചുവട്ടിലായി ഏതാനും ഓഫീസർമാർ കൂടിനിന്നിരുന്നു. ഹോളിനേയും ര്യാബ്ത്സെവിനേയും കൂടാതെ ബാറ്ററി കമാണ്ടർമാരും മൂന്നാം ബറ്റാലിയന്റെ മോർട്ടാർ വിഭാഗത്തിലെ കമാണ്ടറായ ഓഫീസറും എനിക്ക് പരിചയമില്ലാത്ത മറ്റ് രണ്ട് ഓഫീസർമാരും അവിടെ ഉണ്ടായിരുന്നു. ഹോളിനും മറ്റ് രണ്ടുപേരും ഭൂപടമോ പ്ലാനോ എന്തോ ഒന്നും നിവർത്തിപ്പിടിച്ചിരുന്നു. ഒരു കിടങ്ങാക്രമണം നടത്താൻ പദ്ധതിയിടുകയാണെന്ന് തോന്നി. അത് മൂന്നാമത്തെ ബറ്റാലിയന്റെ ഭാഗത്തെവിടെയോ നിന്നായിരിക്കുമെന്നും സ്പഷ്ടമായിരുന്നു.

ഞങ്ങളെ കണ്ടയുടൻ ഓഫീസർമാർ എല്ലാവരും തല തിരിച്ചു നോക്കി. ര്യാബ്ത്സെവും പീരങ്കിഓഫീസർമാരും മോർട്ടാർവിഭാഗ ഓഫീസറും കൈവീശി എന്നെ അഭിവാദ്യം ചെയ്തു. ഞാനും കൈ വീശി. ഹോളിൻ എന്നെ വിളിക്കുമെന്നാണ് ഞാൻ കരുതിയത് അയാൾക്ക് "എല്ലാവിധ സഹായങ്ങളും" ചെയ്തുകൊടുക്കേണ്ട ആളാണല്ലോ ഞാൻ. എന്നാൽ അയാൾ വശംതിരിഞ്ഞ് നിന്നുകൊണ്ട് ഓഫീസർമാർക്ക് എന്തോ കാണിച്ചുകൊടുക്കുകയായിരുന്നു.

ഞാൻ മെഡിക്കൽ ഓഫീസറോട് പറഞ്ഞു.

"ഞാൻ രണ്ട് ദിവസം അനുവദിക്കുന്നു. അതിനകം കാര്യങ്ങളെല്ലാം നേരെയാക്കിയിട്ട് എനിക്ക് റിപ്പോർട്ട് തരണം."

അസ്പഷ്ടമായി എന്തോ അവൾ പിറുപിറുത്തു. ഞാൻ സല്യൂട്ട് ചെയ്തിട്ട് അവിടെനിന്ന് നടന്നു. അവസരം കിട്ടിയാൽ ഉടൻ അവളെ മാറ്റണമെന്ന് ഞാൻ തീരുമാനിച്ചുകഴിഞ്ഞു. അവളുടെ സ്ഥാനത്ത് ഒരു പുരുഷനെ നിയമിക്കണം.

അന്ന് ഉച്ചകഴിഞ്ഞുള്ള സമയം മുഴുവൻ ഞാൻ കിടങ്ങുകളും ഷെൽറ്ററുകളും പരിശോധിക്കുകയും ആയുധങ്ങൾ പരിശോധിക്കുകയും ചികിത്സാകേന്ദ്രത്തിൽ നിന്ന് തിരിച്ചുവന്ന ഭടന്മാരുമായി വർത്തമാനം പറയുകയും അവരോടൊപ്പം അൽപനേരം ചതുരംഗം കളിക്കുകയും ചെയ്തുകൊണ്ട് കമ്പനികളിൽ ചെലവഴിച്ചു.

രാത്രിയായതിന് ശേഷമാണ് ഞാൻ എന്റെ സങ്കേതത്തിൽ തിരിച്ചെത്തിയത്. ഹോളിൻ അവിടെ ഉണ്ടായിരുന്നു. പട്ടാളഷർട്ടും ട്രൗസറും ധരിച്ചുകൊണ്ട് അയാൾ എന്റെ കിടക്കയിൽ കിടന്ന് ഉറങ്ങുകയായിരുന്നു. "എന്നെ 18.30ന് ഉണർത്തണം, ഹോളിൻ," എന്നൊരു കുറിപ്പ് മേശപ്പുറത്ത് കിടക്കുന്നത് കണ്ടു.

അയാളെ വിളിച്ചുണർത്തേണ്ട സമയത്താണ് ഞാൻ അവിടെ എത്തിയത്. അയാൾ പലകത്തട്ടിൽ എണീറ്റിരുന്നു.

"തനിക്ക് നല്ല സാധനം കണ്ടാൽ ഉടൻ തിരിച്ചറിയാം, കേട്ടോ, ചെറുപ്പക്കാരാ!" കോട്ടുവായിടുകയും മൂരിനിവർത്തുകയും ചെയ്തുകൊണ്ട് അയാൾ പറഞ്ഞു.

"എന്താണ്?" കാര്യം പിടികിട്ടാതെ ഞാൻ ചോദിച്ചു.

"തന്റെ ആ മെഡിക്കൽ ഓഫീസർ മോശമില്ല," മൂലയിലിരുന്ന വാഷ്സ്റ്റാന്റിനടുത്തുചെന്ന് മുഖം കഴുകുന്നതിനിടയിൽ അയാൾ പറഞ്ഞു. "എങ്കിലും ഞാൻ പറയുന്നത് കേൾക്കു. പകൽ സമയത്ത് അവളോടൊപ്പം നടക്കരുത്. അത് തന്റെ പേരുചീത്തയാക്കും."

"പോയി തുലയൂ!" കോപം അടക്കാനാവാതെ ഞാൻ ഗർജ്ജിച്ചു.

"ഗാൽത്സെവ്! മര്യാദവിട്ട് സംസാരിക്കരുത്!" ചീറ്റുകയും ചുറ്റുപാടും വെള്ളം തെറിപ്പിക്കുകയും ചെയ്തുകൊണ്ട് ഹോളിൻ സദ്ഭാവത്തോടെ പറഞ്ഞു. "തനിക്ക് തമാശ പറഞ്ഞാൽ മനസ്സിലാവുകയില്ലേ? ഈ ടൗവ്വൽ വല്ലാതെ മുഷിഞ്ഞല്ലോ. അവൾക്ക് ഇത് അലക്കി തരരുതോ. ഇവിടുത്തെ അച്ചടക്കത്തെപ്പറ്റി എനിക്ക് വലിയ മതിപ്പ് തോന്നുന്നില്ല."

മുഷിഞ്ഞ ടൗവ്വലിൽ മുഖം തുടച്ചുകൊണ്ട് അയാൾ ചോദിച്ചു:

"ആരെങ്കിലും എന്നെ അന്വേഷിച്ചോ?"

"അറിയില്ല. ഞാൻ ഇവിടെ ഇല്ലായിരുന്നു."

"തനിക്ക് ആരും ഫോൺ ചെയ്തില്ല?"

"പന്ത്രണ്ട് മണിക്ക് റജിമെന്റ് കമാണ്ടർ ഫോൺ ചെയ്തിരുന്നു."

"എന്തിനാണ് വിളിച്ചത്?"

"താങ്കൾക്ക് സഹായം ചെയ്തുതരണമെന്ന് എന്നോട് അപേഷിക്കാൻ."

"തന്നോട് അപേക്ഷിക്കാനോ? നല്ല കാര്യം!" പല്ല് പുറത്തുകാട്ടിക്കൊണ്ട് അയാൾ പറഞ്ഞു. "നല്ല ഏർപ്പാടാണിത്." പരിഹാസത്തോടെ എന്റെ നേരെ നോക്കിക്കൊണ്ട് അയാൾ ചോദിച്ചു. "ശരി, എന്ത് സഹായമാണ് താൻ എനിക്ക് ചെയ്തുതരാൻ പോകുന്നത്?"

അയാൾ ഒരു സിഗററ്റ് കത്തിച്ചുകൊണ്ട് പുറത്തുപോയി. ഉടൻ തന്നെ തിരിച്ചുവന്ന് സന്തോഷത്തോടെ കൈകൾ കൂട്ടിത്തിരുമ്മിക്കൊണ്ട് പറഞ്ഞു:

"സുന്ദരമായ ഒരു രാത്രിയായിരിക്കും ഇത്. ഇതിൽ കൂടുതൽ എന്ത് പ്രതീക്ഷിക്കാനാണ്. ദൈവം ദയാലുവാണെന്ന് തെളിഞ്ഞിരിക്കുന്നു. തനിക്ക് ദൈവവിശ്വാസമുണ്ടോ? പുറത്ത് പോകാനൊരുങ്ങുകയാണോ? എങ്ങോട്ടാണ്? വേണ്ട, ഇപ്പോൾ പോകണ്ട. എനിക്ക് തന്നെക്കൊണ്ട് ആവശ്യമുണ്ട്."

അയാൾ പലകത്തട്ടിലിരുന്ന് പാട്ട് മൂളിത്തുടങ്ങി. ഒരേ വരികൾ അയാൾ ആവർത്തിച്ചു:

"ഹാ, കഷ്ടം! കൂരിരുട്ട്

ഭയമാണെനിക്കയ്യോ!

വീട്ടിലേക്കെന്നേ ഒന്നു

കൊണ്ടാക്കൂ, മറൂസിയ."

നാലാമത്തെ കമ്പനിയുടെ കമാണ്ടറോട് ഞാൻ ഫോണിൽ സംസാരിച്ചു. ഞാൻ റിസീവർ താഴെവച്ചയുടൻ ഒരു കാറിന്റെ ശബ്ദം കേട്ടു. വാതിലിൽ ആരോ മുട്ടി.

"വരൂ!"

കതസോനൊവ് അകത്തുകടന്നു. വാതിൽ അടച്ചശേഷം തൊപ്പിയിൽ കൈമുട്ടിച്ചുകൊണ്ട് റിപ്പോർട്ട് ചെയ്തു.

"സഖാവ് ക്യാപ്റ്റൻ, ഞങ്ങൾ എത്തി."

"പാറാവുകാരനെ അവിടെ നിന്നും മാറ്റൂ." ഹോളിൻ പാട്ട് നിർത്തി ചാടിയെണീറ്റുകൊണ്ട് എന്നോട് പറഞ്ഞു.

ഞങ്ങൾ കതസോനൊവിനോടൊപ്പം പുറത്തിറങ്ങി. മഴ ചാറിക്കൊണ്ടിരുന്നു. ക്യാൻവാസ് ടോപ്പുള്ള സുപരിചിതമായ കാർ അടുത്തൊരിടത്ത് നിൽപ്പുണ്ട്.

പാറാവുകാരൻ ഇരുട്ടിൽ മറയുന്നതുവരെ കാത്തിരുന്നിട്ട് ഹോളിൻ കാറിന്റെ പിൻവശത്തെ ക്യാൻവാസ് ഉയർത്തിപ്പിടിച്ചുകൊണ്ട് മന്ത്രിച്ചു:

"ഇവാൻ!"

"എന്താ," ഒരു ബാലശബ്ദം വിളികേട്ടു. ക്യാൻവാസിനടിയിൽ നിന്നും ഒരു ചെറിയ രൂപം താഴത്തേക്ക് ചാടി ഇറങ്ങി.

4

ഞങ്ങൾ എന്റെ ഭൂഗർഭ സങ്കേതത്തിനുള്ളിൽ കടന്നയുടൻ ഇവാൻ എന്നെ അഭിവാദ്യം ചെയ്യുകയും സ്നേഹപൂർവം പുഞ്ചിരിച്ചുകൊണ്ട് എനിക്ക് കൈതരികയും ചെയ്തു.

അവൻ ശരിക്ക് വിശ്രമിച്ച് ആരോഗ്യം വീണ്ടെടുത്തെന്നു തോന്നി. അവന്റെ കവിളുകൾ തുടുത്തിരുന്നു. കതസോനൊവ് അവന്റെ കോട്ടിൽ പറ്റിപ്പിടിച്ചിരുന്ന കച്ചി തുടച്ചുമാറ്റി. ഹോളിൻ വാത്സല്യപൂർവം ചോദിച്ചു:

"കുറച്ച് കിടക്കണോ?"

"വേണ്ട. ഇന്ന് മുഴുവൻ ഉറക്കമായിരുന്നല്ലോ."

"എന്നാൽ വായിക്കാൻ രസമുള്ള എന്തെങ്കിലും കണ്ടുപിടിക്കു," ഹോളിൻ എന്റെനേരെ തിരിഞ്ഞ് പറഞ്ഞു. "പടങ്ങളുള്ള വല്ല മാസികകളുമുണ്ടോ എന്നുനോക്കു."

കതസോനൊവ് കുട്ടിയുടെ കോട്ട് അഴിച്ചുമാറ്റാൻ സഹായിച്ചു. ഞാൻ 'ഒഗന്യോക്കി"ന്റെ ഏതാനും പ്രതികളും കുറെ സചിത്ര വാരികകളും മേശപ്പുറത്ത് വച്ചു.

ഇന്ന് അവനെ തിരിച്ചറിയാൻ പ്രയാസമായിരുന്നു. അവൻ സദാ പുഞ്ചിരിക്കുകയും സ്നേഹപൂർവം എന്നെ നോക്കുകയും ഹോളിനോടും കതസോനൊവിനോടും പെരുമാറുന്നതുപോലെ അടുപ്പത്തോടെ എന്നോട് പെരുമാറുകയും ചെയ്തു. എനിക്കും ഈ സ്വർണ്ണമുടിയുള്ള കുട്ടിയോട് അസാധാരണമായ അടുപ്പം തോന്നി. എന്റെ കൈവശം ഒരു പാക്കറ്റ് മിഠായി ഉണ്ടെന്ന് ഞാൻ ഓർത്തു. അത് ഞാൻ അവന്റെ മുമ്പിൽ വച്ചു. ഒരു മഗ്ഗിൽ കുറച്ച് മധുരമുള്ള തൈര് അവന് കുടിക്കാൻ കൊടുത്തിട്ട് ഞങ്ങൾ ഒരുമിച്ച് 'ഒഗന്യോക്കി"ന്റെ പേജുകൾ മറിച്ചുതുടങ്ങി.

ഇതിനിടെ ഹോളിനും കതസോനൊവും കാറിൽ നിന്ന് മുമ്പ് ഞാൻ കണ്ടിട്ടുള്ള സ്യൂട്ട്കേയ്സും ഒരു മഴക്കോട്ടുകൊണ്ട് പൊതിഞ്ഞ വലിയൊരു ഭാണ്ഡവും രണ്ട് തോക്കുകളും ഒരു ചെറിയ വീഞ്ഞപ്പെട്ടിയും എടുത്തുകൊണ്ട് വന്നു.

ഭാണ്ഡം പലകത്തട്ടിനടിയിലേക്ക് തള്ളിവച്ചിട്ട് അവർ ഞങ്ങളുടെ പിന്നിൽ ഇരുന്ന് സംസാരിച്ച് തുടങ്ങി. ഹോളിൻ കതസോനൊവിനോട് അടക്കിയ സ്വരത്തിൽ പറയുന്നത് ഞാൻ കേട്ടു.

"ഇയാൾ ജർമ്മൻ ഭാഷ പറയുന്നതു കേട്ടാൽ, ജർമ്മൻകാരനല്ലെന്ന് ആരും പറയുകയില്ല. കഴിഞ്ഞ വസന്തകാലത്ത് ഇയാളെ ഒരു ദ്വിഭാഷി യാക്കണമെന്നായിരുന്നു എന്റെ ഉദ്ദേശം. എന്നാൽ ഇപ്പോൾ ഇയാൾ ഒരു ബറ്റാലിയൻ കമാണ്ടറാണ്."

അയാൾ എന്നെപ്പറ്റിയാണ് പറഞ്ഞതെന്ന് സ്പഷ്ടമായിരുന്നു. ഒരിക്കൽ ഡിവിഷൻ കമാണ്ടറുടെ കൽപ്പനപ്രകാരം ഞാൻ ഒരു തടവുകാരനെ ചോദ്യം ചെയ്യുന്നത് ഹോളിനും ലെഫ്റ്റനന്റ്-കേണൽ ഗ്ര്യാസ്നേവും കേൾക്കാനിടയായി. ഞാൻ ഇന്റലിജൻസ് വകുപ്പിൽ ദ്വി ഭാഷിയായി ജോലി ചെയ്യണമെന്ന് അപ്പോൾ മുതൽ അവർ എന്നെ നിരാകരിച്ചു. ഇപ്പോഴും എനിക്ക് അതിൽ ഒട്ടും ഖേദമില്ല. ഇന്റലിജൻസ് വകുപ്പിൽ ജോലി ചെയ്യാൻ എനിക്കും ഇഷ്ടമായിരുന്നു. പക്ഷേ വെറും ദ്വിഭാഷിയായിട്ടല്ല.

കതസോനൊവ് അടുപ്പ് ചികഞ്ഞുകൊണ്ടു പറഞ്ഞു:

"എത്ര സുന്ദരമായ ഒരു രാത്രിയാണ് പുറത്ത്!" ഹോളിനും കതസോനൊവും അടക്കിയ ശബ്ദത്തിൽ ചർച്ച ചെയ്തുകൊണ്ടിരുന്നത് ഒരു രാത്രികാല ആക്രമണത്തെപ്പറ്റിയല്ലെന്ന് എനിക്ക് മനസ്സിലായി. ഇവാൻ ശത്രുനിരയുടെ പിന്നിലേക്ക് പോവുകയാണെന്നും അന്ന് രാത്രി ഹോളിനും കതസോനൊവും അവനെ ദ്നീപ്പർ നദിയുടെ അക്കരെ എത്തിക്കാൻ തയ്യാറെടുക്കുകയാണെന്നും ഞാൻ ഊഹിച്ചു.

അതിനായി അവർ ഊതിവീർപ്പിക്കാവുന്ന "ഷ്ടർമോവ്ക" എന്നറി യപ്പെടുന്ന ചെറിയ ഒരു വഞ്ചി കൊണ്ടുവന്നിട്ടുണ്ടായിരുന്നു. എന്നാൽ എന്റെ ബറ്റാലിയന്റെ പരന്ന അടിത്തട്ടുള്ള ഒരു ചെറുതോണി ഉപയോ ഗപ്പെടുത്തുന്നതായിരിക്കും കൂടുതൽ നല്ലതെന്ന് കതസോനൊവ് അഭി പ്രായപ്പെട്ടു.

"അവ നല്ല സൗകര്യവും ഒതുക്കവുമുള്ള ചെറുവഞ്ചികളാണ്." അയാൾ പറഞ്ഞു.

അവർ അത് മണത്തറിഞ്ഞെന്നർത്ഥം! ഞങ്ങളുടെ ബറ്റാലിയന് പരന്ന അടിത്തട്ടുള്ള അഞ്ച് ചെറിയ മീൻവള്ളങ്ങളുണ്ട്. കഴിഞ്ഞ രണ്ട് മാസക്കാലമായി പോകുന്നിടത്തെല്ലാം അതും ചുമന്നുകൊണ്ട് നടക്കുകയായിരുന്നു ഞങ്ങൾ. ഓരോ വഞ്ചി മാത്രമുള്ള മറ്റ് ബറ്റാലിയ നുകൾക്ക് അവ വീതിച്ച് കൊടുക്കുമെന്ന് ഭയന്ന് ഞാൻ ആ വഞ്ചികൾ ഒളിച്ചുവച്ചിരിക്കുകയായിരുന്നു. വയ്ക്കോൽകൊണ്ട് പൊതിഞ്ഞാണ് ഞങ്ങൾ അവ കൊണ്ടുനടന്നത്. രണ്ടു വഞ്ചികളേ ഉള്ളെന്നാണ് ഞങ്ങൾ കണക്ക് കൊടുത്തിരുന്നത്.

ബാലൻ മിഠായി തിന്നുകൊണ്ട് വാരിക മറിച്ച് നോക്കുകയായിരുന്നു. പിന്നിൽ നടന്ന സംഭാഷണം അവൻ ശ്രദ്ധിച്ചതേയില്ല. അന്വേഷണ ഭടന്മാരെപ്പറ്റിയുള്ള കഥ അടങ്ങിയ ഒരു മാസിക അവൻ മാറ്റിവച്ചു.

"എനിക്ക് ഇത് വായിക്കണം," അവൻ പറഞ്ഞു. "ഇവിടെ ഗ്രാമഫോണില്ലേ?"

"ഉണ്ട്. പക്ഷേ അതിന്റെ സ്പ്രിംഗ് പൊട്ടിയതാണ്." ഞാൻ പറഞ്ഞു.

"നിങ്ങൾ ഇവിടെ അരിഷ്ടിച്ചാണ് കഴിയുന്നത്." അവൻ പറഞ്ഞു. പൊടുന്നനെ അവൻ ചോദിച്ചു: "ചെവി ആട്ടാൻ അറിയാമോ?"

"എന്റെ ചെവിയോ?" ചിരിച്ചുകൊണ്ട് ഞാൻ ചോദിച്ചു. "എനിക്കറിയില്ല. എന്താണ് കാര്യം!"

"ഹോളിന് അതറിയാം." അവൻ വീമ്പടിക്കുന്ന മട്ടിൽ ഉറക്കെ പറഞ്ഞു. "ഹോളിൻ, ചെവിയാട്ടുന്നതെങ്ങനെയെന്ന് ഒന്ന് കാണിച്ച് കൊടുക്കൂ!"

"എന്തു വേണമെങ്കിലും ചെയ്യാം," എന്ന് പറഞ്ഞുകൊണ്ട് ഹോളിൻ ചാടിയെണീറ്റു. അയാൾ ഞങ്ങളുടെ മുമ്പിൽ വന്നുനിന്ന് ചെവികൾ ചലിപ്പിച്ചു തുടങ്ങി.

അതേസമയം അയാളുടെ മുഖം നിശ്ചലമായിരുന്നു.

ബാലൻ ഒരു ജേതാവിന്റെ ഭാവത്തിൽ എന്റെ നേരെ നോക്കി.

"താൻ ഇതോർത്ത് വിഷമിക്കേണ്ട. ഞാൻ തന്നേയും ഈ വിദ്യ പഠിപ്പിക്കാം," ഹോളിൻ എന്നോടുപറഞ്ഞു. "ഇപ്പോൾ ഞങ്ങളുടെ കൂടെ വന്ന് ആ വഞ്ചികൾ കാണിച്ചുതരൂ."

"നിങ്ങൾ എന്നെയും നിങ്ങളോടൊപ്പം കൊണ്ടുപോകാമോ?" പെട്ടെന്ന് ഞാൻ കൂടുതലൊന്നും ആലോചിക്കാതെ അങ്ങനെ ചോദിച്ചു.

"എങ്ങോട്ട്?"

"അക്കരയ്ക്ക്."

"ഇത് കേട്ടില്ലേ!" ഹോളിൻ എന്റെ നേരെ പെരുവിരൽ ചൂണ്ടിക്കൊണ്ട് പറഞ്ഞു.

"താൻ എന്തിനാണ് അക്കരയ്ക്ക് പോകുന്നത്?" അതു കഴിഞ്ഞ് പരിശോധിക്കുന്നതുപോലെ എന്നെ അടിമുടി ഒന്ന് നോക്കിയിട്ട് ചോദിച്ചു: "തനിക്ക് നീന്തലറിയാമോ?"

"എനിക്ക് നീന്താനും വഞ്ചി തുഴയാനും വശമുണ്ട്."

"എങ്ങനെയാണ താൻ നീന്തുന്നത്, കമഴ്ന്ന് കിടന്നോ തലകുത്തിയോ?" സഗൗരവം ഹോളിൻ ചോദിച്ചു.

"ചുരുങ്ങിയപക്ഷം നിങ്ങളേക്കാൾ ഒട്ടും മോശമല്ലാതെ നീന്താനറിയാം."

“തനിക്ക് ദ്നീപ്പർ നീന്തിക്കടക്കാമോ?”

“അഞ്ച് പ്രാവശ്യം അക്കരെ ഇക്കരെ നീന്താം!” ഞാൻ പറഞ്ഞു. അത് സത്യവുമായിരുന്നു. പക്ഷേ വേനൽക്കാലത്തെ സാഹചര്യത്തിലായിരുന്നെന്നു മാത്രം.

“ഇയാൾ ഭയങ്കര ശക്തനാണല്ലോ!” എന്ന് പറഞ്ഞുകൊണ്ട് ഹോളിൻ പൊട്ടിച്ചിരിച്ചു. അവർ മൂവരും ചിരിച്ചുതുടങ്ങി കൃത്യമായി പറഞ്ഞാൽ ഹോളിനും കുട്ടിയും ഉറക്കെ ചിരിച്ചു. കതസോനൊവ് പുഞ്ചിരിതൂകി.

പെട്ടെന്ന് ഹോളിൻ ഗൗരവം കൈക്കൊണ്ടു.

“താൻ ഒരു ചൂണ്ടൽക്കാരനല്ലല്ലോ, ആണോ?”

“നിങ്ങളെ പിശാച് പിടിക്കട്ടെ!” ക്രോധാവിഷ്ടനായി ഞാൻ പറഞ്ഞു. ആ ചോദ്യത്തിൽ ഒരു ദുസ്സൂചനയുണ്ടെന്ന് എനിക്ക് മനസ്സിലായിരുന്നു.

“ഇത് കണ്ടില്ലേ,” ഹോളിൻ എന്നെ ചൂണ്ടിക്കാണിച്ചുകൊണ്ട് പറഞ്ഞു. “പടക്കം പോലെയല്ലേ പൊട്ടിത്തെറിക്കുന്നത്. യാതൊരു ആത്മസംയമനവുമില്ല. ഞരമ്പാകെ വലിഞ്ഞ് മുറുകിയിരിക്കയാണ്. എന്നിട്ടും നമ്മൾ ഇയാളെ അക്കരെയ്ക്ക് കൊണ്ടുപോകണമെന്ന്. ആഗ്രഹം ഒരു രക്ഷയുമില്ല, ചങ്ങാതീ.”

“എന്നാൽ ഞാൻ വഞ്ചി തരില്ല.”

“ഞങ്ങൾ അത് സ്വയം എടുത്തുകൊള്ളാം. ഞങ്ങൾക്കെന്താ കൈകളില്ലേ? വേണ്ടിവന്നാൽ ഞാൻ ഡിവിഷന്റെ കമാണ്ടർക്ക് ഫോൺചെയ്യും. താൻ ഒറ്റയ്ക്ക് ആ വഞ്ചി മുതുകിലേറ്റി പുഴവക്കിൽ എത്തിക്കേണ്ടി വരും.”

“മതി. നിർത്തു!” കുട്ടി അനുനയസ്വരത്തിൽ വിളിച്ച് പറഞ്ഞു. “ഇദ്ദേഹം തീർച്ചയായും വഞ്ചിതരും.” പിന്നീട് അവൻ എന്റെ മുഖത്തേക്ക് ഉറ്റുനോക്കിക്കൊണ്ട് ചോദിച്ചു: “തരില്ലേ?”

“തരാതെ നിവൃത്തിയില്ലെന്ന് തോന്നുന്നു.” പകയോടെ പുഞ്ചിരിച്ചുകൊണ്ട് ഞാൻ പറഞ്ഞു.

“ശരി, എന്നാൽ നമുക്ക് അതൊന്നു പോയി നോക്കാം.” ഹോളിൻ എന്റെ കുപ്പായക്കയ്യിൽ പിടിച്ചുകൊണ്ട് പറഞ്ഞു. പിന്നീട് അയാൾ കുട്ടിയുടെ നേരെ തിരിഞ്ഞ് പറഞ്ഞു: “നീ ഇവിടെ ഇരുന്നോളൂ. പക്ഷേ കളിക്കാതെ കുറച്ച് വിശ്രമിക്കണം.”

കതസോനൊവ് വീഞ്ഞപ്പെട്ടി തുറന്നു. അതിനുള്ളിൽ പലതരം പണിയായുധങ്ങളും പഴന്തുണി, വടം, ബാൻഡേജുകൾ എന്നിവയും ഉണ്ടായിരുന്നു. പഞ്ഞി അകത്തുവച്ചടിച്ച ജാക്കറ്റ് ധരിക്കുന്നതിന് മുമ്പ് ഞാൻ ഭംഗിയുള്ള പിടിയോടുകൂടിയ ഒരു കത്തി എന്റെ ബെൽറ്റിൽ തിരുകി.

"നല്ല കത്തി. തരൂ, നോക്കട്ടെ!" കുട്ടി വിളിച്ചുപറഞ്ഞു. അവന്റെ കണ്ണുകൾ തിളങ്ങി. "ഞാൻ നോക്കട്ടെ!"

ഞാൻ അത് അവന്റെ കയ്യിൽ കൊടുത്തു. കുറച്ച് നേരം അത് തിരിച്ചുംമറിച്ചും നോക്കിയിട്ട് അവൻ പറഞ്ഞു:

"ഇത് എനിക്ക് വേണം."

"അതു പറ്റില്ല. ഇത് എനിക്ക് മറ്റൊരാൾ സമ്മാനിച്ചതാണ്." ഞാൻ പറഞ്ഞു.

ഞാൻ നുണ പറഞ്ഞതല്ല. വാസ്തവത്തിൽ അത് എന്റെ ആത്മമിത്രമായിരുന്ന കോസ്ത്യ ഹോളൊദൊവിന്റെ ഓർമ്മയ്ക്കായി ഞാൻ സൂക്ഷിച്ചിരുന്ന സമ്മാനമായിരുന്നു. കോസ്ത്യയും ഞാനും സ്കൂളിൽ ഒരേ ബഞ്ചിലിരുന്നാണ് പഠിച്ചത്. ഞങ്ങൾ പട്ടാളത്തിൽ സേവനമനുഷ്ഠിക്കാൻ വിളിക്കപ്പെട്ടതും ഒരുമിച്ചാണ്.

ഞങ്ങൾ ഒരേ സൈനികസ്കൂളിൽ പരിശീലനം നേടി. പിന്നീട് ഒരേ ഡിവിഷന്റെ കീഴിലും അതുകഴിഞ്ഞ് ഒരേ റജിമെന്റിന്റെ കീഴിലും യുദ്ധം ചെയ്തു.

ആ സെപ്തംബർ മാസത്തിലെ ഒരു പ്രഭാതത്തിൽ ദെസ്നയുടെ കരയ്ക്കുള്ള ഒരു കിടങ്ങിൽ ഞാൻ ഇരിക്കുകയായിരുന്നു. കോസ്ത്യ തന്റെ കമ്പനിയോടൊപ്പം പുഴയുടെ വലത്തെ കരയിലേക്ക് കടക്കാൻ ഒരുമ്പെടുന്നത് അവിടെ ഇരുന്നുകൊണ്ട് ഞാൻ കണ്ടു. പുഴയ്ക്ക് അക്കരയ്ക്ക് പുറപ്പെട്ട ആദ്യത്തെ കമ്പനിയായിരുന്നു അത്. തടികളും കമ്പുകളും വീപ്പകളും ചേർത്തുണ്ടാക്കിയ അവരുടെ ചങ്ങാടങ്ങൾ പുഴയുടെ മദ്ധ്യത്തിലെത്തിയപ്പോഴേക്കും ജർമ്മൻകാർ പീരങ്കികളും മോർട്ടാറുകളും കൊണ്ട് വെടിവച്ചുതുടങ്ങി. കോസ്ത്യയുടെ ചങ്ങാടത്തിന് മീതെയായി വെളുത്ത ഒരു ജലധാര ഉയരുന്നത് കണ്ടു. പിന്നീട് നടന്നതെന്താണെന്ന് ഞാൻ കണ്ടില്ല. ടെലിഫോൺ ഓപ്പറേറ്ററുടെ കയ്യിലിരുന്ന റിസീവർ അലറി: "ഗാൽത്സെവ്, മുന്നോട്ട്!" ഞാൻ കിടങ്ങിൽ നിന്ന് മുകളിലേക്ക് ചാടിക്കയറി മേൽപ്പറഞ്ഞതരം അനേകം ചങ്ങാടങ്ങൾ കിടന്നിരുന്ന പുഴവക്കിലേയ്ക്കോടി. എന്റെ കമ്പനി മുഴുവൻ നൂറിൽപ്പരം ആളുകൾ എന്റെ പിന്നാലെ ഉണ്ടായിരുന്നു.

അരമണിക്കൂറിനുള്ളിൽ മറുകരയിൽ ഞങ്ങൾ ശത്രുക്കളുമായി കയ്യോടുകൈ പൊരുതിത്തുടങ്ങി.

ആ കത്തി എന്ത് ചെയ്യണമെന്ന് ഞാൻ ഇനിയും തീരുമാനിച്ചിരുന്നില്ല. കോസ്ത്യയുടെ സ്മരണയ്ക്കായി ഞാൻതന്നെ സൂക്ഷിക്കണോ അതോ മോസ്ക്കോയിൽ തിരിച്ചെത്തുമ്പോൾ അർബാത് തെരുവിലെ കൊച്ച് ഇടവഴികളിലൊന്നിൽ താമസിക്കുന്ന കോസ്ത്യയുടെ വൃദ്ധരായ മാതാപിതാക്കളെ ഏൽപ്പിക്കണോ?

“ഞാൻ നിനക്ക് മറ്റൊരു കത്തി തരാം,” ഞാൻ ബാലനോട് പറഞ്ഞു.

“എനിക്ക് ഇതുതന്നെ വേണം,” കുട്ടി എന്റെ കണ്ണുകളിലേയ്ക്ക് ഉറ്റുനോക്കിക്കൊണ്ട് വാശിയോടെ പറഞ്ഞു. “അത് എനിക്കു തരൂ”

“ഗാൽത്സെവ്! പിശുക്ക് കാണിക്കാതെ അതാ കുട്ടിക്ക് കൊടുക്കൂ,” ഹോളിൻ പറഞ്ഞു.

“ഞാൻ മറ്റൊരെണ്ണം തരാം. ഇതുപോലെ തന്നെയുള്ള ഒരെണ്ണം,” ഞാൻ കുട്ടിയോട് വീണ്ടും പറഞ്ഞു.

ആ കത്തി പരിശോധിച്ച് നോക്കിയിട്ട് കതസോനൊവ് കുട്ടിയോടു പറഞ്ഞു:

“നിനക്ക് ഇത്തരം ഒരു കത്തി എവിടുന്നെങ്കിലും ഞാൻ കൊണ്ടുവന്നു തരാം.”

“ഞാൻ തീർച്ചയായും ഇത്തരം മറ്റൊരു കത്തി തരാമെന്ന് നിനക്ക് വാക്കുതരുന്നു,” ഞാൻ പറഞ്ഞു. “ഇത് ഒരു സമ്മാനമാണ് ഒരാളുടെ സ്മരണയ്ക്കായി ഞാൻ സൂക്ഷിക്കുന്നതാണ്. മനസ്സിലായോ?”

“ശരി, സമ്മതിച്ചു,” കുട്ടി പരിഭവത്തോടെ പറഞ്ഞു. “നിങ്ങൾ പുറത്തു പോകുമ്പോൾ കുറച്ചുനേരം ഞാൻ ഇത് കയ്യിൽ വച്ചോട്ടേ?”

“ആ കത്തി കൊടുത്തിട്ട് വേഗം വരൂ” ഹോളിൻ അക്ഷമനായി എന്നോടുപറഞ്ഞു.

“ഞാൻ എന്തിനാണ് നിങ്ങളോടൊപ്പം വരുന്നത്? എന്താണ് അതുകൊണ്ട് പ്രയോജനം?” ജാക്കറ്റിന്റെ ബട്ടനിട്ടുകൊണ്ട് ഞാൻ എന്റെ മനസ്സിലുള്ളത് ഉറക്കെ പറഞ്ഞു. “നിങ്ങൾ എന്തായാലും എന്നെ കൊണ്ടുപോകുന്നില്ല. വഞ്ചി കിടക്കുന്ന സ്ഥലം നിങ്ങൾക്ക് അറിയുകയും ചെയ്യാം.”

“വരൂ” എന്ന് പറഞ്ഞുകൊണ്ട് ഹോളിൻ എന്നെ മുമ്പോട്ട് തള്ളി. “ഞാൻ തന്നെ മറ്റൊരു ദിവസം കൊണ്ടുപോകാം. പക്ഷേ ഇന്ന് പറ്റില്ല.”

ഞങ്ങൾ മൂവരും പുറത്തിറങ്ങി വലതുപാർശ്വത്തെ ലക്ഷ്യമാക്കി കുറ്റിക്കാട്ടിലൂടെ നടന്നുതുടങ്ങി. മഴ പെയ്യുന്നുണ്ടായിരുന്നു തണുത്ത ചാറ്റൽ മഴ. നല്ല ഇരുട്ടുമുണ്ടായിരുന്നു. മേഘാവൃതമായ ആകാശത്തിൽ ഒരൊറ്റ നക്ഷത്രം പോലും ഉണ്ടായിരുന്നില്ല.

കതസോനൊവ് പെട്ടിയുമായി മുമ്പിൽ നടന്നു. ശബ്ദമുണ്ടാക്കാതെ, ആത്മവിശ്വാസത്തോടെ അയാൾ നടക്കുന്നത് കണ്ടാൽ ആ ഊടുവഴിയിലൂടെ എല്ലാ രാത്രിയും അയാൾ നടക്കാറുണ്ടായിരുന്നെന്ന് തോന്നുമായിരുന്നു. ഞാൻ ഹോളിനോട് വീണ്ടും ആ ബാലനെപ്പറ്റി ചോദിച്ചു. അവൻ ഗോമെൽ പട്ടണത്തിലാണ് ജനിച്ചത്.

എന്നാൽ യുദ്ധം തുടങ്ങുന്നതിന് മുമ്പ് ബാൾട്ടിക് പ്രദേശത്തുള്ള ഒരു അതിർത്തിചൗക്കയിലാണ് മാതാപിതാക്കളോടൊപ്പം അവൻ താമസിച്ചിരുന്നത്. ഒരു അതിർത്തി കാവൽഭടനായിരുന്ന അവന്റെ അച്ഛൻ യുദ്ധം തുടങ്ങിയ അന്നുതന്നെ കൊല്ലപ്പെട്ടു. പിൻവാങ്ങുന്നതിനിടയ്ക്ക് അവന്റെ ഒന്നര വയസ്സുള്ള അനുജത്തി അവന്റെ കൈകളിൽ വച്ച് കൊല്ലപ്പെട്ടു.

"നമുക്ക് ചിന്തിക്കാൻ പോലും കഴിയാത്ത പലതും ഈ കുട്ടി കാണുകയും അനുഭവിക്കുകയും ചെയ്തിട്ടുണ്ട്." ഹോളിൻ മന്ത്രിച്ചു. "അവൻ ഒളിപ്പോരാളികളോടൊപ്പം കുറച്ചുകാലം പാർത്തു. അതിന് മുമ്പ് ത്രോസ്ത്യാനെറ്റ്സ് എന്ന മരണപ്പാളയത്തിൽ കഴിഞ്ഞിട്ടുണ്ട്. ഇപ്പോൾ അവന് ഒരൊറ്റ ചിന്തയേയുള്ളൂ - പക വീട്ടുക. അവസാനത്തെ ജർമ്മൻകാരനോടുവരെ പകവീട്ടുക. ആ പാളയത്തെപ്പറ്റിയോ അച്ഛനെപ്പറ്റിയോ അനുജത്തിയെപ്പറ്റിയോ പറയുമ്പോൾ അവൻ വിറച്ചുതുടങ്ങും. ഒരു കുട്ടിക്ക് ഇത്രയേറെ വൈരാഗ്യം വച്ചുപുലർത്താൻ കഴിയുമെന്ന് ഞാൻ ഒരിക്കലും വിശ്വസിച്ചിരുന്നില്ല."

ഹോളിൻ അൽപനേരം മൗനമവലംബിച്ചിട്ട് കഷ്ടിച്ച് മാത്രം കേൾക്കാവുന്ന ശബ്ദത്തിൽ പറഞ്ഞു:

"അവനെ സുവോറൊവ് സൈനികസ്കൂളിൽ ചേർക്കുന്നതിനെപ്പറ്റി രണ്ടുദിവസമായി ഞങ്ങൾ അവനുമായി തർക്കിച്ചുകൊണ്ടിരിക്കയാണ്. കമാണ്ടർ പോലും അവനെ പറഞ്ഞ് സമ്മതിപ്പിക്കാൻ കിണഞ്ഞ് ശ്രമിച്ചു. അദ്ദേഹം നല്ലവാക്ക് പറഞ്ഞുനോക്കി. ഭീഷണിപ്പെടുത്തിനോക്കി. ഒടുവിൽ ഒരിക്കൽക്കൂടി അക്കരയ്ക്ക് പോയി വരാൻ അദ്ദേഹം അവനെ സമ്മതിച്ചു. ഇത് അവസാനത്തെ തവണയാണ് എന്ന വ്യവസ്ഥയിൽ. നമ്മൾ അവനെ അയച്ചില്ലെങ്കിൽ അവൻ ചെന്ന് കുഴപ്പത്തിൽ ചാടും. അവൻ ആദ്യം വന്നപ്പോൾ ഇനി വിടേണ്ട എന്ന് ഞങ്ങൾ തീരുമാനിച്ചതാണ്. പക്ഷേ അവൻ ആരോടും ചോദിക്കാതെ ഒറ്റയ്ക്ക് ഇറങ്ങിപ്പുറപ്പെട്ടു. തിരിച്ച് വരുന്നവഴി നമ്മുടെ സ്വന്തം കാവൽ ചൗക്കയിലുള്ളവർ അവന്റെനേരെ വെടിവച്ചു. അവന് മുറിവ് പറ്റി. ഇരുട്ടുള്ള ഒരു രാത്രിയായിരുന്നു അത്. ഈ കുട്ടിയെപ്പറ്റി ആർക്കും അറിയാൻ പാടില്ലായിരുന്നുതാനും. അവരെ കുറ്റം പറയാൻ നിവൃത്തിയില്ല. മുതിർന്ന ആളുകൾക്ക് ഒരിക്കലും ചെയ്യാൻ പറ്റാത്ത പലതും ഇവന് ചെയ്യാൻ കഴിയും. ഒരു അന്വേഷണവിഭാഗത്തിലെ മുഴുവൻ ഭടന്മാരും ഒരുമിച്ച് ശേഖരിക്കുന്നതിൽ കൂടുതൽ വിവരങ്ങൾ ഈ കുട്ടി ശേഖരിക്കുന്നു. മുതിർന്നവർ ജർമ്മൻ നിരകൾക്ക് ചുറ്റും വട്ടമിട്ട് നടക്കും, പക്ഷേ മുൻനിരയിലേക്ക് കടക്കാൻ അവർക്ക് സാദ്ധ്യമല്ല. അന്വേഷണസംഘത്തിന് ശത്രുനിരയുടെ പിന്നിൽ നാലോ അഞ്ചോ ദിവസം താമസിക്കാൻ സാധിക്കയുമില്ല. അസാമാന്യ സാമർത്ഥ്യമുള്ള ഒരാൾക്കേ അത് സാധിക്കൂ. കാരണം പ്രായപൂർത്തിയായ ഒരാൾ അയാൾ ഏത് വേഷം

ധരിച്ചാലും സംശയത്തിന് ഇടകൊടുക്കും. എന്നാൽ കുട്ടികളുടെ കാര്യം അതല്ല. വിശന്നുവലഞ്ഞ് തെണ്ടി നടക്കുന്ന ഒരു കുട്ടിയുടെ വേഷമാണ് ശത്രുനിരയ്ക്ക് പിന്നിൽ അന്വേഷണം നടത്താൻ ഏറ്റവും പറ്റിയത്. ഇവാൻ അക്കാര്യത്തിൽ മിടുമിടുക്കനാണ്. യുദ്ധത്തിന് ശേഷം അവന്റെ അമ്മ തിരിച്ച് വന്നില്ലെങ്കിൽ കതസോനൊവോ ലെഫ്റ്റനന്റ് കേണലോ അവനെ ദത്തെടുക്കും."

"നിങ്ങൾ ദത്തെടുക്കാത്തതെന്താണ്?"

"എനിക്ക് വലിയ ആഗ്രഹമുണ്ട്, പക്ഷേ ലെഫ്റ്റനന്റ്കേണൽ സമ്മതിക്കുന്നില്ല. അദ്ദേഹം പറയുന്നത് എനിക്കുതന്നെ അൽപംകൂടി ശിക്ഷണം ലഭിക്കേണ്ടതുണ്ടെന്നാണ്."

ലെഫ്റ്റനന്റ് കേണലിന്റെ അഭിപ്രായത്തോട് ഞാൻ മനസ്സായോജിച്ചു. ഹോളിൻ പരുക്കനായ ഒരു മനുഷ്യനായിരുന്നു. ചിലപ്പോൾ ഒരു ദോഷൈകദൃക്കും. എന്നാൽ ആ കുട്ടിയുടെ മുമ്പിൽവച്ച് അയാൾ എപ്പോഴും സ്വയം നിയന്ത്രിച്ചിരുന്നു. അയാൾക്ക് ഇവാനെ അൽപം ഭയം ഉണ്ടെന്നുപോലും എനിക്ക് തോന്നിയിട്ടുണ്ട്.

നദിയുടെ വക്കിൽ നിന്ന് നൂറ്റമ്പത് മീറ്റർ അകലെ എത്തിയപ്പോൾ ഞങ്ങൾ വഞ്ചികൾ ഒളിച്ചുവച്ചിരുന്നിടത്തേക്ക് തിരിഞ്ഞു. ഫിർമരത്തിന്റെ ചില്ലകൾ കൊണ്ട് മറച്ചുവച്ചിരുന്ന വഞ്ചികൾ എപ്പോൾ വേണമെങ്കിലും ഉപയോഗിക്കാൻ തക്കവണ്ണം സജ്ജമാക്കിയിരുന്നു. തടി ഉണങ്ങാതിരിക്കാൻ ഞങ്ങൾ ഒന്നരാടം ദിവസങ്ങളിൽ അവയുടെ മേൽ വെള്ളം തളിച്ചുപോന്നു.

പോക്കറ്റ് ടോർച്ചുകൾ തെളിച്ച് ഹോളിനും കതസോനൊവും വഞ്ചികൾ പരിശോധിച്ചു. അവർ അവയിൽ തൊട്ടുനോക്കുകയും അടിഭാഗവും വശങ്ങളും കൊട്ടി നോക്കുകയും ചെയ്തു. പിന്നീട് അവർ ഓരോ വഞ്ചിയും മലർത്തിയിട്ട് അതിനുള്ളിൽ കയറിയിരുന്ന് തുഴകൾ ഘടിപ്പിച്ച് വെറുതെ തുഴഞ്ഞുനോക്കി. ഒടുവിൽ അവർ അവയിലൊന്ന് തെരഞ്ഞെടുത്തു. വീതികൂടിയ അമരമുള്ള ഒരു വഞ്ചിയായിരുന്നു അത് മൂന്നോ നാലോ പേർക്ക് സഞ്ചരിക്കാം.

"ഈ ഇരുമ്പിന്റെ ആവശ്യമില്ല," എന്ന് പറഞ്ഞുകൊണ്ട് വഞ്ചി തന്റെ സ്വന്തമാണെന്ന മട്ടിൽ ഹോളിൻ അതിലെ ചങ്ങല അഴിച്ചുമാറ്റാനാരംഭിച്ചു. "മറ്റുകാര്യങ്ങളെല്ലാം പുഴവക്കിൽ വച്ച് ചെയ്യാം. ആദ്യം ഇത് വെള്ളത്തിൽ വച്ച് ഒന്ന് പരീക്ഷിച്ച് നോക്കണം."

ഹോളിൻ അണിയത്തും ഞാനും കതസോനൊവും അമരത്തും പിടിച്ച് വഞ്ചി പൊക്കിയെടുത്ത് കുറ്റിച്ചെടികൾക്കിടയിലൂടെ നടന്നുതുടങ്ങി.

"നിങ്ങളെക്കൊണ്ട് ഒന്നിനും കൊള്ളില്ല." എന്ന് സ്വരം ഉയർത്താതെ ഹോളിൻ ഞങ്ങളെ ശകാരിച്ചു. "ഇങ്ങോട്ട് തരൂ!"

ഹോളിൻ വഞ്ചിയുടെ പരന്ന അടിവശം മുതുകത്തുവച്ച് തലയ്ക്കുമീതെ കൈകളുയർത്തി വഞ്ചിയുടെ ഇരുവശവും താങ്ങിപ്പിടിച്ച് കാലുകൾ അകറ്റി വച്ച് കതസോനൊവിന്റെ പിന്നാലെ നടന്നു.

ഞാൻ ധൃതിയിൽ നടന്ന് അവരേക്കാൾ മുമ്പിൽ പുഴവക്കിലെത്തി. കാവൽചൗക്കക്കാർക്ക് മുന്നറിയിപ്പ് കൊടുത്തു. വാസ്തവത്തിൽ എന്നെ അവർ കൂട്ടിക്കൊണ്ടുപോയത് അതിനായിരുന്നു.

ഹോളിൻ വെള്ളത്തിന്റെ വക്കിലേക്ക് തന്റെ ചുമടുമായി മെല്ലെ ഇറങ്ങി. ശബ്ദമുണ്ടാക്കാതിരിക്കാൻ ശ്രദ്ധിച്ചുകൊണ്ട് സാവധാനം ഞങ്ങൾ മൂവരുംകൂടി വഞ്ചി വെള്ളത്തിൽ ഇറക്കി.

"കയറിയിരിക്കൂ!"

ഞങ്ങൾ അതിൽ കയറിയിരുന്നു. ഹോളിൻ വഞ്ചി വെള്ളത്തിലേക്ക് ഉന്തിയിട്ട് അത് നീങ്ങിത്തുടങ്ങിയപ്പോൾ അതിലേക്ക് ചാടിക്കയറി. ഒരു തുഴ മുന്നോട്ടും മറ്റേത് പിന്നോട്ടും ചലിപ്പിച്ച് കതസോനൊവ് വഞ്ചി ഇടത്തോട്ടും വലത്തോട്ടും വെട്ടിച്ചുതുടങ്ങി. പിന്നീട് വഞ്ചിമറിക്കാൻ ഉദ്ദേശിച്ചിട്ടെന്നവണ്ണം ഹോളിനും കതസോനൊവും അവരുടെ ഭാരം മുഴുവൻ ആദ്യം ഒരു വശത്തേയ്ക്കും പിന്നീട് മറുവശത്തേയ്ക്കും മാറ്റിക്കൊണ്ടിരുന്നു. വഞ്ചിയിൽ വെള്ളം കയറിത്തുടങ്ങുന്നതുവരെ അവർ അതു തുടർന്നു. പിന്നീട് അവർ കുനിഞ്ഞുനിന്ന് വഞ്ചിയുടെ അടിവശവും വശങ്ങളും കൈകൊണ്ട് തടവിനോക്കി.

"നല്ല വഞ്ചി!" കതസോനൊവ് മതിപ്പോടെ മന്ത്രിച്ചു.

"ഇതു നമുക്ക് പറ്റിയതാണ്." ഹോളിനും സമ്മതിച്ചു. "ഈ യുവാവ് വഞ്ചികൾ കൈക്കലാക്കാൻ മിടുക്കനാണ് - ഇയാൾ കൊള്ളരുതാത്തതൊന്നും എടുക്കുകയില്ല!

ഗാൽത്സെവ്, പറയൂ, താൻ എത്രപേരുടെ വഞ്ചികൾ തട്ടിയെടുത്തിട്ടുണ്ട്?"

ഇടയ്ക്കിടക്ക് യന്ത്രത്തോക്കുകൾ വെടിയുണ്ടകൾ തുപ്പുന്ന ശബ്ദം പൊള്ളയായി ഒരു കുരപോലെ ജലപ്പരപ്പിനപ്പുറത്തുനിന്നും മുഴങ്ങിക്കൊണ്ടിരുന്നു.

"ഭ്രാന്തിളകിയതുപോലെയാണ് അവർ വെടിയുണ്ടകൾ വർഷിക്കുന്നത്," കതസോനൊവ് പറഞ്ഞു. "ജർമ്മൻകാർ പിശുക്കന്മാരാണെന്നാണ് പറയുന്നത്. പക്ഷേ അവർ ഉണ്ടകൾ എത്രയാണ് പാഴാക്കുന്നതെന്ന് കണ്ടില്ലേ. ഇങ്ങനെ കണ്ണടച്ചുകൊണ്ട് വെടിവച്ചിട്ട് എന്താണ് കാര്യം? ഒരുപക്ഷേ വെളുപ്പാൻകാലത്ത് നമുക്ക് അവരെ പിടിച്ചുകൊണ്ടുപോരാൻ പറ്റിയേക്കും. ഇല്ലേ സഖാവ് ക്യാപ്റ്റൻ?" അയാൾ അഭിപ്രായം പ്രകടിപ്പിച്ചു.

“ഇന്ന് വേണ്ട. മറ്റൊരു ദിവസമാകാം.” കതസോനൊവ് കരയിലേക്ക് തുഴഞ്ഞു. ഞങ്ങൾ കരയ്ക്കുകയറി.

“തുഴകൾ ഒച്ചയില്ലാതാക്കാൻ മുടികെട്ടുകയും തണ്ടുകുറ്റിയിൽ എണ്ണ പുരട്ടുകയും വേണം.” ഹോളിൻ എന്നോട് പതിഞ്ഞ ശബ്ദത്തിൽ പറഞ്ഞു. അയാൾ സന്തുഷ്ടനാണെന്ന് തോന്നി.

“ഈ കിടങ്ങിൽ ആരാണുള്ളത്?”

“രണ്ട് പട്ടാളക്കാർ.”

“അവരിൽ ഒരാളെ വിശ്വസ്തനും മിതഭാഷിയുമായ ഒരാളെ നിർത്തിയാൽ മതി. പിടികിട്ടിയോ? ഞാൻ പുകവലിക്കാനായി അങ്ങോട്ട് ഇറങ്ങിച്ചെന്ന് അയാളെ പരീക്ഷിച്ച് നോക്കാം. കൃത്യം 22.00മണിക്ക് അന്വേഷണസംഘം മറുകരയിലേക്ക് കടക്കാൻ സാദ്ധ്യതയുണ്ടെന്ന് പാറാവുഭടന്മാരുടെ കമാണ്ടർക്ക് മുന്നറിയിപ്പ് കൊടുക്കണം. ‘സാദ്ധ്യതയുണ്ട്” എന്നാണ് പറയേണ്ടതെന്ന് ഓർമ്മവേണം, മനസ്സിലായോ? അതിനുമുമ്പ് എല്ലാ കാവൽചൗക്കകളിലും ആ വിവരം അറിയിച്ചിരിക്കണം. അയാൾ പുഴവക്കിനോട് ഏറ്റവും അടുത്തുള്ള വലിയ കിടങ്ങിൽ, യന്ത്രത്തോക്കുള്ള കിടങ്ങിൽ, കാത്തിരിക്കാനും പറയണം.” പുഴയുടെ താഴത്തേക്ക് ചൂണ്ടിക്കാണിച്ചുകൊണ്ടാണ് ഹോളിൻ അത് പറഞ്ഞത്. “ഞങ്ങൾ തിരിച്ചുവരുമ്പോൾ ആരെങ്കിലും ഞങ്ങളുടെ നേരെ വെടിവച്ചാൽ ഞാൻ ആ കമാണ്ടറുടെ കഴുത്ത് ഞെരിച്ചുകളയുമെന്നും പറഞ്ഞേക്കു! ആരാണ് പോകുന്നതെന്നോ എന്തിനാണ് പോകുന്നതെന്നോ താൻ ഒരൊറ്റ കുഞ്ഞിനോടും പറഞ്ഞു പോകരുത്. ഇവാനെപ്പറ്റി അറിയാവുന്ന ഒരേയൊരാൾ താനാണ്! തന്നോട് ഞാൻ കരാറൊന്നും എഴുതിവാങ്ങുന്നില്ല. പക്ഷേ എന്തെങ്കിലും പുറത്താക്കിയാൽ തന്നെ ഞാൻ...”

“ഭീഷണിപ്പെടുത്താൻ നോക്കണ്ട! ഞാനെന്താ കൊച്ചുകുട്ടിയോമറ്റോ ആണോ?” ദേഷ്യത്തോടെ ഞാൻ പറഞ്ഞു.

“ചങ്ങാതീ, ക്ഷോഭിക്കേണ്ട. താൻ പിണങ്ങുന്നതെന്തിനാണ്?” അയാൾ എന്റെ തോളിൽ തട്ടിക്കൊണ്ട് പറഞ്ഞു. “തനിക്ക് താക്കീത് തരേണ്ടത് എന്റെ ജോലിയാണ്.

ശരി, ഇനി പോയി വേണ്ടത് ചെയ്യ്.”

കതസോനൊവ് തണ്ടുകുറ്റിക്ക് എണ്ണയിട്ടുതുടങ്ങിയിരുന്നു. ഹോളിനും വഞ്ചിക്കടുത്ത് ചെന്ന് ജോലി ചെയ്തുതുടങ്ങി. ഒരു നിമിഷം അവരെ നോക്കി നിന്നിട്ട് ഞാൻ പുഴക്കരയിലൂടെ നദിയുടെ കീഴ്ഭാഗത്തേക്ക് നടന്നു.

അൽപദൂരം ചെന്നപ്പോൾ പാറാവ് വിഭാഗത്തിന്റെ കമാണ്ടറെ കണ്ടുമുട്ടി. അയാൾ ചൗക്കകൾ പരിശോധിച്ചുകൊണ്ട് കിടങ്ങുകൾതോറും

കയറിയിറങ്ങുകയായിരുന്നു. ഹോളിൻ ആവശ്യപ്പെട്ടതുപോലെ ഞാൻ അയാൾക്ക് നിർദ്ദേശം കൊടുത്തിട്ട് ഹെഡ്ക്വാർട്ടേഴ്സിലേക്ക് നടന്നു. അവിടെച്ചന്ന് പലർക്കും പല കൽപ്പനകൾ കൊടുക്കുകയും ഏതാനും കടലാസുകൾ ഒപ്പിടുകയും ചെയ്തിട്ട് ഞാൻ എന്റെ സങ്കേതത്തിലേക്ക് മടങ്ങി.

അവിടെ ഇവാൻ ഒറ്റയ്ക്കിരുന്നു. അവൻ ആകെ തുടുത്ത് ഉദ്വേഗഭരിതനായി കാണപ്പെട്ടു. അവൻ ആ കത്തി കൈയിൽ പിടിച്ചിരുന്നു. എന്റെ ഫീൽഡ് ഗ്ലാസ് അവന്റെ കഴുത്തിൽ തൂങ്ങിക്കിടക്കുന്നത് ഞാൻ കണ്ടു. എന്തോ കുറ്റം ചെയ്ത ഒരു കുട്ടിയുടെ മുഖഭാവമായിരുന്നു അവന്. സാമാനങ്ങളെല്ലാം അവൻ വലിച്ചുവാരി ഇട്ടിരുന്നു. മേശ മലർത്തിയിട്ട് ഒരു കരിമ്പടംകൊണ്ട് മൂടിയിട്ടുണ്ട്. പലകത്തട്ടിന്റെ അടിയിൽ നിന്ന് ഒരു സ്റ്റൂളിന്റെ കാലുകൾ പുറത്തേക്ക് ഉന്തിനില്ക്കുന്നു.

“ദയവുചെയ്ത് ദേഷ്യപ്പെടരുത്.” അവൻ കെഞ്ചി “അബദ്ധത്തിൽ പറ്റിയതാണ് ഇതെല്ലാം.”

അന്ന് രാവിലെ ഉരച്ചുകഴുകി വെടിപ്പാക്കിയിരുന്ന തറപ്പലകയിൽ മഷി വീണ് വലിയൊരു പാടുണ്ടായിരിക്കുന്നത് ഞാൻ കണ്ടു.

“എന്നോട് ദേഷ്യമാണോ?” എന്റെ മുഖത്തേക്ക് ഉറ്റുനോക്കിക്കൊണ്ട് അവൻ ചോദിച്ചു.

“ഒട്ടും ദേഷ്യമില്ല.” അവിടമാകെ നാനാവിധമാക്കിയിട്ടിരിക്കുന്നതും നിലത്ത് മഷി വീണുകിടക്കുന്നതും എനിക്ക് തീരെ രസിച്ചില്ലെങ്കിലും ഞാൻ പറഞ്ഞു.

“കുറച്ച് ചൂടുവെള്ളവും സോപ്പും തന്നാൽ ഞാൻ ഇത് തുടച്ചുകളയാം.”

“സാരമില്ല. അത് തുടച്ചുകളയാൻ ഞാൻ ഏർപ്പാടുചെയ്തോളാം.”

എനിക്ക് നല്ല വിശപ്പുണ്ടായിരുന്നു. ആറുപേർക്കുള്ള അത്താഴം സങ്കേതത്തിൽ എത്തിക്കാൻ ഞാൻ ഫോണിൽ നിർദ്ദേശം കൊടുത്തു. വഞ്ചിയിലെ പണി കഴിയുമ്പോഴേയ്ക്കും ഹോളിനും കതസോനൊവും എന്നെപ്പോലെ തന്നെ വിശപ്പുള്ളവരായിരിക്കുമെന്ന് ഞാൻ ഊഹിച്ചു.

അന്വേഷണസംഘക്കാരെപ്പറ്റിയുള്ള കഥയടങ്ങിയ വാരിക കണ്ണിൽ പെട്ടപ്പോൾ ഞാൻ അവനോട് ചോദിച്ചു: ‘നീ അത് വായിച്ചോ?”

“ഉം. നല്ല രസമാണ്. പക്ഷേ ഇങ്ങനെയൊന്നും ഒരിക്കലും സംഭവിക്കയില്ല. അവർ അപ്പോൾതന്നെ രക്ഷപെടുന്നു. പോരാത്തതിന് പിന്നീട് അവർക്ക് മെഡലും കിട്ടുന്നു.”

“നിനക്ക് മെഡല് കിട്ടിയത് എങ്ങനെയാണ്?”

“ഒളിപ്പോരാളികളോടൊപ്പം താമസിച്ചിരുന്നപ്പോൾ കിട്ടിയതാണ്.”

“നീ ഒരു ഒളിപ്പോരാളിയായിരുന്നോ?” ആദ്യമായി അക്കാര്യം

കേൾക്കുന്നതുപോലെ അത്ഭുതം നടിച്ചുകൊണ്ട് ഞാൻ ചോദിച്ചു. "നീ എന്തിനാണ് അവിടുന്ന് പോകുന്നത്?"

"ജർമ്മൻകാർ ഞങ്ങൾ താമസിച്ചിരുന്ന കാട് വളഞ്ഞു. നമ്മുടെ ആൾക്കാർ വിമാനത്തിൽ എന്നെ പുറത്തുകടത്തി ഒരു ബോർഡിംഗ് സ്കൂളിൽ ചേർത്തു. പക്ഷേ ഞാൻ അവിടുന്ന് കടന്നുകളഞ്ഞു."

"അതെങ്ങനെ?"

"ഞാൻ ഒളിച്ചോടി. എനിക്ക് അവിടെ വല്ലാതെ വീർപ്പുമുട്ടി. വെറുതെ ഇരുന്ന് ശാപ്പാടടിച്ച് എനിക്ക് മതിയായി. മീനിനെപ്പറ്റിയും കശേരുക്കളെപ്പറ്റിയും ജലജന്തുക്കളെപ്പറ്റിയും സസ്യഭുക്കുകളായ ജന്തുക്കളെക്കൊണ്ട് മനുഷ്യർക്കുള്ള പ്രയോജനത്തെപ്പറ്റിയും പഠിക്കാൻ ഞാൻ എന്തിന് സമയം കളയുന്നു?"

"അക്കാര്യങ്ങളും അറിഞ്ഞിരിക്കണം."

"അത് ശരിയാണ്. പക്ഷേ ഇപ്പോൾ അത് പഠിപ്പിച്ചിട്ടെന്താണ് കാര്യം? ഒരുമാസം മുഴുവൻ ഞാൻ അത് സഹിച്ചു. രാത്രിയിൽ ഞാൻ ഉണർന്നുകിടന്ന് ആലോചിക്കും: 'ഞാൻ എന്തിനിവിടെ കഴിയുന്നു? അതുകൊണ്ട് എന്താണ് പ്രയോജനം?"

"ശരിയാണ്, ബോർഡിംഗ് സ്കൂളിൽ നീ ചേർന്നിട്ട് വാസ്തവത്തിൽ വലിയ പ്രയോജനമൊന്നുമില്ല." ഞാൻ അവനോട് യോജിപ്പ് പ്രകടിപ്പിച്ചു. "നിനക്ക് വേണ്ടത് സുവോറൊവ് സൈനികസ്കൂളാണ്. എങ്ങനെയെങ്കിലും അവിടെ കടന്നുകൂടിയാൽ നന്ന്!"

"ഇത് ഹോളിൻ പഠിപ്പിച്ചതാണോ?" പെട്ടെന്ന് എന്നെ സംശയത്തോടെ നോക്കിക്കൊണ്ട് ബാലൻ ചോദിച്ചു.

"ഹോളിന് ഇതിൽ കാര്യമെന്താണ്? എന്റെ അഭിപ്രായം ഞാൻ പറഞ്ഞെന്നേയുള്ളൂ. നീ യുദ്ധത്തിൽ വേണ്ടത്ര സഹായിച്ചുകഴിഞ്ഞു ഒളിപ്പോരാളികളോടൊപ്പം, പിന്നീട് അന്വേഷകൻ എന്ന നിലയിലും നീ ഒരു നല്ലപേര് സമ്പാദിച്ചു. ഇനി നീ കുറച്ച് വിശ്രമിക്കണം. പഠിച്ച് ഒന്നാന്തരം ഒരു സൈനിക ഓഫീസറാകണം."

"ഇതൊക്കെ ഹോളിന്റെ ഉപദേശങ്ങളാണ്. എനിക്ക് മനസ്സിലായി." കുട്ടി ഉറപ്പിച്ചുപറഞ്ഞു. "പക്ഷേ ഇതൊന്നും പറഞ്ഞിട്ട് കാര്യമില്ല. ഓഫീസറാകാൻ ധാരാളം സമയമുണ്ട്. ഒരു യുദ്ധം നടക്കുന്ന ഈ സമയത്ത് വിശ്രമിക്കാൻ ഒന്നിനും കൊള്ളരുതാത്ത ഒരാൾക്കേ കഴിയൂ."

"അത് ശരിയാണ്, പക്ഷേ നീ ഇപ്പോഴും ഒരു കൊച്ചുകുട്ടിയാണ്!"

"കൊച്ചുകുട്ടിയോ? നിങ്ങൾ എന്നെങ്കിലും ഒരു മരണപാളയത്തിൽ അകപ്പെട്ടിട്ടുണ്ടോ?" പെട്ടെന്ന് അവൻ ചോദിച്ചു. അവന്റെ കണ്ണുകൾ ബാലസഹജമല്ലാത്ത ഭയങ്കര വിദ്വേഷംകൊണ്ട് ജ്വലിച്ചു. അവന്റെ ചെറിയ മേൽച്ചുണ്ട് വിറച്ചു. "ഞാൻ എന്ത് ചെയ്യണമെന്ന് എന്നെ

ആരും പഠിപ്പിക്കാൻ വരണ്ട!" അവൻ ക്ഷുഭിതനായി വിളിച്ചു പറഞ്ഞു. "നിങ്ങൾക്ക്... ഒന്നും അറിഞ്ഞുകൂടാ... എന്നിട്ട് ഉപദേശിക്കാൻ വരുന്നു!"

കുറച്ചുകഴിഞ്ഞ് ഹോളിൻ കയറിവന്നു. അയാൾ വീഞ്ഞപ്പെട്ടി പലകത്തട്ടിനടിയിൽ വച്ചിട്ട് ഒരു സ്റ്റൂളിലിരുന്ന് ആർത്തിയോടെ പുകവലിച്ചു തുടങ്ങി.

"എപ്പോഴും പുക വലിക്കുകയാണ്," കുട്ടി കുറ്റപ്പെടുത്തുന്ന മട്ടിൽ പറഞ്ഞു. അവൻ കത്തി ഉറയിൽ നിന്നും വലിച്ചെടുത്ത് വലതുകയ്യിലും ഇടതുകയ്യിലും മാറി മാറിപ്പിടിച്ച് അതിന്റെ ഭംഗി നോക്കുകയായിരുന്നു. "പുക വലിച്ചാൽ ശ്വാസകോശങ്ങൾക്ക് പച്ച നിറമാകും."

"പച്ചനിറമോ?" മറ്റെന്തോ ആലോചിച്ചുകൊണ്ട് ഹോളിൻ ചോദിച്ചു. "പച്ചയായാലെന്താ? ആർക്കും അത് കാണാൻ പറ്റില്ലല്ലോ?"

"നിങ്ങൾ പുക വലിക്കുന്നത് എനിക്ക് ഇഷ്ടമല്ല. എനിക്ക് തലവേദന എടുക്കും."

"ശരി, ഞാൻ പുറത്ത് പോകാം."

ഹോളിൻ എണീറ്റ് ഒരു പുഞ്ചിരിയോടെ കുട്ടിയുടെ മുഖത്തേക്ക് നോക്കി. അവന്റെ മുഖം തുടുത്തിരിക്കുന്നതുകണ്ട് അയാൾ അവന്റെ അടുത്തുചെന്ന് നെറ്റിയിൽ കൈവച്ചു. ഇത്തവണ അയാളാണ് അസംതൃപ്തനായത്:

" നീ പിന്നേയും കളിക്കുകയായിരുന്നോ? ഇത് തീരെ നന്നില്ല. കിടന്ന് കുറച്ച് വിശ്രമിക്കണം. വരൂ, വന്ന് കിടക്കൂ!"

കുട്ടി അനുസരണയോടെ പലകത്തട്ടിൽ കയറി കിടന്നു. ഹോളിൻ മറ്റൊരു സിഗററ്റെടുത്ത് ആദ്യത്തേതിൽനിന്ന് കത്തിച്ചുകൊണ്ട് പുറത്തേക്കിറങ്ങി. സിഗററ്റ് കത്തിക്കുമ്പോൾ അയാളുടെ കൈകൾ വിറയ്ക്കുന്നത് ഞാൻ ശ്രദ്ധിച്ചു. എന്റെ ഞരമ്പുകൾ "വലിഞ്ഞുമുറുകിയതാണെന്ന്" അയാൾ മുമ്പ് പറഞ്ഞു. പക്ഷേ ഇപ്പോൾ അയാൾക്കുതന്നെ വല്ലാത്ത പിരിമുറുക്കം ഉള്ളതായി തോന്നി. അയാൾ അന്യമനസ്കനും വിഷാദഗ്രസ്തനുമായി കാണപ്പെട്ടു സ്വതേ നിരീക്ഷണശാലിയായിരുന്ന അയാൾ നിലത്തെ മഷിയുടെ പാട് കണ്ടതേയില്ല. എന്തോ ഒരു പന്തികേടുണ്ടെന്ന് അയാളെ കണ്ടപ്പോൾ തന്നെ എനിക്ക് തോന്നിയിരുന്നു. ഒരുപക്ഷേ എനിക്ക് വെറുതെ അങ്ങനെ തോന്നിയതാവാം.

പുറത്തുചെന്ന് ഏകദേശം പത്തുമിനിട്ടുകളോളം പുക വലിച്ചിട്ട്(ഒന്നിൽ കൂടുതൽ സിഗററ്റ് വലിച്ചിരുന്നെന്ന് സ്പഷ്ടമായിരുന്നു) ഹോളിൻ തിരിച്ചുവന്ന് എന്നോട് പറഞ്ഞു:

"ഒന്നരമണിക്കൂറിനുശേഷം പുറപ്പെടണം. അതുകൊണ്ട് നമുക്ക് വേഗം വല്ലതും കഴിക്കാം."

"കതസോനൊവ് എവിടെ?" കുട്ടി ചോദിച്ചു.

“ഡിവിഷന്റെ കമാണ്ടർ അയാളെ അടിയന്തിരമായി വിളിച്ചു. അയാൾ അങ്ങോട്ടുപോയി.”

“പോയോ?” കുട്ടി എണീറ്റിരുന്നുകൊണ്ട് ചോദിച്ചു. “എന്നെ വന്ന് കാണാതെ പോയോ? എനിക്ക് ഭാഗ്യം നേരാതെ പോയോ?”

“അയാൾക്ക് അതിന് സമയം കിട്ടിയില്ല. അടിയന്തിരമായി വിളിച്ചതാണ്” ഹോളിൻ വിശദീകരിച്ചു. “അവിടെ എന്താണ് പറ്റിയതെന്ന് എനിക്ക് മനസ്സിലാകുന്നില്ല. ഇവിടെ അയാളുടെ ആവശ്യമുണ്ടെന്ന് അവർക്ക് നന്നായറിയാം.”

“എന്നാലും ഒരു മിനിറ്റുനേരത്തേക്ക് ഇവിടെ വന്നിട്ടുപോകാമായിരുന്നു. ഞാൻ സുഹൃത്താണെന്നല്ലേ പറയുന്നത്,” കുട്ടി സങ്കടത്തോടെ പറഞ്ഞു. അവൻ വളരെയേറെ ദുഃഖിതനായിരുന്നു. അവൻ ഭിത്തിയിലേക്ക് മുഖംതിരിച്ച് അൽപനേരം അനങ്ങാതെ കിടന്നു. പിന്നീട് അവൻ തിരിഞ്ഞ് ഹോളിനോട് ചോദിച്ചു.

“അപ്പോൾ നമ്മൾ രണ്ടുപേരും മാത്രമേ പോകുന്നുള്ളൂ, അല്ലേ?”

“അല്ല. നമ്മൾ മൂന്നുപേരുണ്ട്. ഇയാളും വരും,” ഹോളിൻ എന്നെ ചൂണ്ടിക്കാട്ടിക്കൊണ്ട് പറഞ്ഞു.

ഞാൻ അയാളെ മിഴിച്ചുനോക്കിക്കൊണ്ട് ഒരുനിമിഷം നിന്നു. അയാൾ തമാശ പറയുകയാണെന്ന് വിചാരിച്ച് പിന്നീട് ഞാൻ പുഞ്ചിരിച്ചു.

“താൻ എന്നെ നോക്കി ഇളിക്കുകയും വേലികണ്ട പശുവിനെപ്പോലെ നോക്കുകയും ചെയ്യണ്ട. ഞാൻ കാര്യമായി പറയുകയാണ്,” അയാൾ പറഞ്ഞു. അതു പറയുമ്പോൾ അയാളുടെ മുഖം ചിന്താഗ്രസ്തവും ഉൽകണ്ഠാകുലവുമായിരുന്നു. എന്നിട്ടും എനിക്ക് വിശ്വാസം വന്നില്ല. എങ്കിലും ഞാൻ മൗനംപൂണ്ടു.

“തന്നെക്കൂടെ കൊണ്ടുപോകണമെന്ന് താൻതന്നെ ആവശ്യപ്പെട്ടതാണ്. ഇപ്പോൾ പേടിയാകുന്നുണ്ടോ?” പുച്ഛത്തോടെ എന്നെ ഉറ്റുനോക്കിക്കൊണ്ട് അയാൾ പറഞ്ഞു. അയാൾ തമാശ പറഞ്ഞതല്ലെന്ന് തൽക്ഷണം എനിക്ക് മനസ്സിലായി.

“എനിക്ക് പേടിയൊന്നും ഇല്ല,” മനസ്സാന്നിധ്യം വീണ്ടെടുക്കാൻ ശ്രമിച്ചുകൊണ്ട് ഞാൻ ഉറപ്പിച്ച് പറഞ്ഞു. “ഇത് തികച്ചും അപ്രതീക്ഷിതമാണെന്ന് മാത്രം...”

“ജീവിതത്തിൽ എല്ലാം തികച്ചും അപ്രതീക്ഷിതമാണ് സംഭവിക്കുന്നത്.” ഹോളിൻ ചിന്താമഗ്നനായി പറഞ്ഞു. “ഞാൻ തന്നെ കൊണ്ടുപോവുകയില്ലായിരുന്നു. പക്ഷേ ഇപ്പോൾ മറ്റ് മാർഗ്ഗമൊന്നും ഇല്ല. കതസോനൊവിനെ അടിയന്തിരമായി ഹെഡ്ക്വാർട്ടേഴ്സിലേക്ക് വിളിച്ചു. അവിടെ എന്താണ് സംഭവിച്ചതെന്ന് എനിക്ക് ഊഹിക്കാൻ

പോലും കഴിയുന്നില്ല. രണ്ടുമണിക്കൂറിനകം നമുക്ക് തിരിച്ചുവരാം. പക്ഷേ തീരുമാനം എടുക്കേണ്ടത് താനാണ്. എന്തെങ്കിലും കുഴപ്പമുണ്ടായാൽ താൻ പിന്നീട് എന്നെ കുറ്റപ്പെടുത്തരുത്. മുകളിൽ നിന്നുള്ള അനുവാദം ഇല്ലാതെ താൻ അക്കരയ്ക്ക് പോയെന്നറിഞ്ഞാൽ നമുക്ക് രണ്ടുപേർക്കും കണക്കിന് കിട്ടും. 'ആ ഹോളിനാണ് ഇതിന് കാരണക്കാരൻ. അയാൾ പറഞ്ഞിട്ടാണ് ഞാൻ പോയത്." എന്നൊന്നും അപ്പോൾ താൻ പറയരുത്. ഒരു കാര്യം മനസ്സിൽ വച്ചോളൂ താൻ സ്വന്തം ആഗ്രഹപ്രകാരം ഈ ജോലി ഏറ്റെടുത്തതാണ്. എന്താ, സത്യം അതല്ലേ? എന്തെങ്കിലും സംഭവിച്ചാൽ ഞാൻ കുഴപ്പത്തിലാകും, പക്ഷേ തന്നെയും അവർ വെറുതെ വിടില്ല. ശരി, ഇനി തന്റെസ്ഥാനം ആരെ ഏൽപ്പിച്ചിട്ട് പോകാനാണ് ഉദ്ദേശിക്കുന്നതെന്ന് പറയൂ."

"പൊളിറ്റിക്കൽ അസിസ്റ്റന്റ് കൊൽബാസൊവിനെ ആക്കിയിട്ട് പോകാം." ഒരുനിമിഷം ആലോചിച്ചിട്ട് ഞാൻ പറഞ്ഞു. "അയാൾ നല്ല ചുണയുള്ള ഒരു ചെറുപ്പക്കാരനാണ്."

"ആയിരിക്കാം. പക്ഷേ അയാളിൽ നിന്ന് അകന്ന് നിൽക്കുന്നതാണ് നല്ലത്. പൊളിറ്റിക്കൽ അസിസ്റ്റന്റ്മാർ പൊതുവെ വലിയ തത്വദീക്ഷയുള്ളവരാണ്. അവരുമായി അടുത്താൽ നമ്മൾ പൊളിറ്റിക്കൽ റിപ്പോർട്ടുകളിൽ കുടുങ്ങും. പിന്നെ ദൈവത്തിന് മാത്രമേ നമ്മെ രക്ഷിക്കാൻ കഴിയൂ." ഹോളിൻ കണ്ണുരുട്ടിക്കൊണ്ട് ഒരു ചിരിയോടെ പറഞ്ഞു.

"എന്നാൽ അഞ്ചാംകമ്പനിയുടെ കമാണ്ടറായ ഗുശിനെ ആക്കാം."

"തനിക്കല്ലേ ഇക്കാര്യത്തിൽ കൂടുതൽ നിശ്ചയം, താൻതന്നെ തീരുമാനിച്ചോളൂ." ഹോളിൻ പറഞ്ഞു. "പക്ഷേ കാര്യം ഇതാണെന്ന് അയാളോട് പറയേണ്ട. താൻ മറുകരയ്ക്ക് പോവുകയാണെന്ന് കാവൽ ചൗക്കക്കാർ മാത്രം അറിഞ്ഞാൽ മതി. പിടികിട്ടിയോ? ശത്രുക്കൾ പ്രതിരോധത്തിൽ മാത്രം ശ്രദ്ധിച്ചുകൊണ്ടിരിക്കുന്ന ഈ സന്ദർഭത്തിൽ അവരുടെ ഭാഗത്തുനിന്ന് കടന്നാക്രമണങ്ങളൊന്നും ഉണ്ടാകാൻ സാദ്ധ്യതയില്ല. പിന്നെ എന്ത് സംഭവിക്കാനാണ്? വാസ്തവത്തിൽ ഒന്നുമില്ല.

മാത്രവുമല്ല താൻ മറ്റൊരാളെ ചുമതലപ്പെടുത്തിയിട്ടാണ് പോകുന്നത്. താൻ രണ്ടുമണിക്കൂറിനകം തിരിച്ചുവരികയും ചെയ്യും. വേണ്ടിവന്നാൽ, ഗ്രാമത്തിലേക്ക് പോയി എന്ന് പറയരുതോ തനിക്ക്? താൻ ജീവനുള്ള ഒരു മനുഷ്യനല്ലേ, എന്തിനെല്ലാം പോകാം. നമ്മൾ രണ്ടുമണിക്കൂറിനകം, ഏറിയാൽ മൂന്നുമണിക്കൂറിനകം തിരിച്ചുവരും. അതുകൊണ്ട് അതേപ്പറ്റി ഇപ്പോൾ ആരോടും ഒന്നും പറയേണ്ട ആവശ്യമില്ല."

അയാൾ ഇതെല്ലാം എന്നോട് പറയേണ്ട കാര്യമില്ലായിരുന്നു. തീർച്ചയായും ഇതൊരു ഗൗരവമേറിയ സംഗതിയാണ്. ഹെഡ്ക്വാർട്ടേഴ്സിൽ എങ്ങാനും അറിഞ്ഞാൽ തീർന്നു. എങ്കിലും ഞാൻ പോകാൻ തീരുമാനിച്ചുകഴിഞ്ഞു. ഭവിഷ്യത്തുകളെപ്പറ്റി ചിന്തിക്കാൻ ഞാൻ കൂട്ടാക്കിയില്ല.

ചെയ്യാൻ പോകുന്ന ജോലിയെപ്പറ്റിയല്ലാതെ മറ്റൊന്നിനെപ്പറ്റിയും ഞാൻ വിചാരിച്ചില്ല.

ഞാൻ അതിന് മുമ്പൊരിക്കലും അന്വേഷണസംഘത്തോടൊപ്പം പോയിട്ടില്ല. ഏതാണ്ട് മൂന്നുമാസം മുമ്പ് എന്റെ കമ്പനി ഒരു അന്വേഷണ പ്പോരാട്ടത്തിൽ വിജയകരമായി പങ്കെടുത്തിട്ടുണ്ടെന്നുള്ളത് ശരിതന്നെ. പക്ഷേ അന്വേഷണപ്പോരാട്ടം എന്താണ്? വാസ്തവത്തിൽ അത് യുദ്ധ ത്തിലെ ഒരു സാധാരണ ആക്രമണം മാത്രമാണ്. ഹ്രസ്വവും കുറച്ചുപേർ മാത്രം പങ്കെടുക്കുന്നതുമാണെന്ന വ്യത്യാസമേയുള്ളൂ.

ഞാൻ ഇതേവരെ യഥാർത്ഥത്തിൽ അന്വേഷണത്തിന് പോയിട്ടില്ല. അതുകൊണ്ട് അക്കാര്യം ഓർത്ത് ആകാംക്ഷാഭരിതനായിത്തീർന്നു.

5

ഭക്ഷണം എത്തി. ഞാൻ വാതിൽക്കൽചെന്ന് മെസ്റ്റിന്നുകളും ചായപ്പാത്രവും ഏറ്റുവാങ്ങി മേശപ്പുറത്ത് കൊണ്ടുവച്ചു. എന്റെ കൈവശം ഉണ്ടായിരുന്ന ഒരു ചട്ടി തൈരും ഒരു ടിൻ മാംസവും ഞാൻ പുറത്തെടുത്തു. ഞങ്ങൾ അത്താഴം കഴിക്കാൻ ഇരുന്നു. ഹോളിനും ഇവാനും കുറച്ചേ ഭക്ഷിച്ചുള്ളൂ. എന്റെയും വിശപ്പുകെട്ടിരുന്നു. കുട്ടിയുടെ മുഖത്ത് പരിഭവവും വ്യസനവും നിഴലിച്ചിരുന്നു. കതസോനൊവ് വന്ന് അവന് വിജയം ആശംസിക്കാതിരുന്നത് അവനെ വല്ലാതെ ഉലച്ചുവെന്ന് തോന്നി. ആഹാരം കഴിച്ചിട്ട് അവൻ വീണ്ടും പലകത്തിട്ടിൽ ചെന്നുകിടന്നു.

മേശ വൃത്തിയാക്കി കഴിഞ്ഞ് ഹോളിൻ ഒരു ഭൂപടം നിവർത്തിവച്ച് തന്റെ പദ്ധതി എനിക്ക് വിശദീകരിച്ച് തന്നു.

ഞങ്ങൾ എവിടെ നദി തരണം ചെയ്യണമെന്നും വഞ്ചി കുറ്റിക്കാട്ടിൽ എവിടെ ഒളിച്ചുവയ്ക്കണമെന്നും അവിടുന്ന് വെള്ളത്തിന്റെ അരികുപിടിച്ച് പുഴയുടെ മുകൾ ഭാഗത്തേക്ക് നടന്ന് ഉദ്ദേശം അറുന്നൂറ് മീറ്റർ അകലെയുള്ള മലയിടുക്കിനടുത്ത് എങ്ങനെ എത്തണമെന്നും ഭൂപടത്തിന്റെ സഹായത്തോടെ ഹോളിൻ എനിക്ക് പറഞ്ഞു തന്നു.

"ആ സ്ഥലത്തേക്ക് നേരെ തുഴഞ്ഞ് പോകുന്നതാണ് കൂടുതൽ നല്ലത്, പക്ഷേ അവിടെ ചെടികളൊന്നുമില്ലാത്തതിനാൽ വഞ്ചി ഒളിച്ചുവയ്ക്കാൻ നിവൃത്തിയില്ല,"

ഹോളിൻ വിശദീകരിച്ചു.

മൂന്നാമത്തെ ബറ്റാലിയന് അഭിമുഖമായി സ്ഥിതിചെയ്യുന്ന ആ മലയിടുക്കിലൂടെ ബാലൻ ശത്രുക്കളുടെ മുന്നണി പ്രതിരോധനിരയ്ക്ക് പിന്നിലേക്ക് നുഴഞ്ഞു കയറണമെന്നായിരുന്നു തീരുമാനം.

അവനെ ശത്രുക്കൾ കണ്ടുപിടിക്കാൻ ഇടയായാൽ വെള്ളത്തിനടുത്ത് നിൽക്കുന്ന ഞാനും ഹോളിനും തൽക്ഷണംതന്നെ ചുവന്ന വാണങ്ങൾ വിടണം. നമ്മുടെ പീരങ്കിക്കാർക്ക് വെടിവയ്ക്കാൻ അടയാളം കൊടുക്കാനും ശത്രുവിന്റെ ശ്രദ്ധതിരിക്കാനും. "എന്ത് വിലകൊടുത്തും"

ബാലന് വഞ്ചി കിടക്കുന്നിടത്തേക്ക് പിൻവാങ്ങാൻ അവസരം കൊടു ക്കാനുമാണ് അത്. ഏറ്റവും ഒടുവിൽ പിൻവാങ്ങേണ്ടത് ഹോളിനാണ്.

കുട്ടിയെ ശത്രുക്കൾ കണ്ടാൽ, ഞങ്ങൾ അടയാളവാണങ്ങൾ അയച്ചാലുടൻ രണ്ട് 76 മില്ലിമീറ്റർ ഗൺ ബാറ്ററികളും ഒരു 120 മില്ലിമീറ്റർ മോർട്ടാർ ബാറ്ററിയും രണ്ട് മോർട്ടാർ വിഭാഗങ്ങളും ഒരു യന്ത്രത്തോക്ക് വിഭാഗവും പ്രവർത്തനനിരതമാകണം. ശത്രുക്കൾക്ക് മലയിടുക്കിന്റെ ഇരുവശവും, ഇടതുവശത്ത് കുറെ അപ്പുറം വരെയുള്ള കിടങ്ങുകളിൽ നിന്ന് പുറത്തുകടക്കാനാവാത്തവിധം ഇടതടവില്ലാതെ വെടിയുണ്ടകൾ വർഷിച്ച് ഞങ്ങൾക്ക് വഞ്ചിയുടെ അടുത്തെത്താൻ അവസരമുണ്ടാക്കുക എന്നത് അവരുടെ ചുമതലയാണ്.

ഇടത്തെ കരയുമായി സഹകരിക്കാനുള്ള അടയാളങ്ങൾ എനിക്ക് പറഞ്ഞുതരികയും വിശദാംശങ്ങൾ ഒരിക്കൽക്കൂടി ആവർത്തിക്കുകയും ചെയ്തിട്ട് ഹോളിൻ ചോദിച്ചു:

“എല്ലാം വ്യക്തമായോ?”

“ആയെന്ന് തോന്നുന്നു.”

അൽപംകഴിഞ്ഞ് എന്നെ അലട്ടിയ ഒന്നുരണ്ട് സംശയങ്ങൾ ഞാൻ ഹോളിന്റെ മുമ്പാകെ വച്ചു. മറുകരയെത്തിക്കഴിഞ്ഞ് ഒറ്റയ്ക്കാകുമ്പോൾ ഇരുട്ടത്ത് കുട്ടിക്ക് വഴി തെറ്റാനിടയില്ലേ? വെടിവയ്പിനിടയിൽ അവന് അപകടം പറ്റാൻ ഇടയില്ലേ?

കുട്ടിയും കതസോനൊവും ഒരുമിച്ച് മൂന്നാം ബറ്റാലിയന്റെ ആസ്ഥാ നത്തുനിന്ന് അനേകം മണിക്കൂറുകൾ മറുകരയിലെ കടവ് നോക്കി പഠിച്ചുവെന്നും അവിടെയുള്ള ഓരോ കുറ്റിച്ചെടിയും ഓരോ ഇഞ്ച് ഭൂമിയും അവർക്ക് സുപരിചതമായിക്കഴിഞ്ഞെന്നും ഹോളിൻ പറഞ്ഞു. നമ്മുടെ പീരങ്കിക്കാർ വെടിവയ്ക്കേണ്ട സ്ഥാനം കൃത്യമായി തീരുമാനിച്ചിട്ടുണ്ടെ ന്നും എഴുപതുമീറ്റർ വീതിയുള്ള ഒരു “വഴി” ഒഴിച്ചിട്ടിട്ടേ അവർ വെടിവയ്ക്കു കയുള്ളെന്നും ഹോളിൻ എന്നെ അറിയിച്ചു.

മുൻകൂട്ടി കാണാനാവാത്ത എത്രയോ അപകടങ്ങൾ ഉണ്ടെന്ന് ഞാൻ മനസ്സിൽ വിചാരിച്ചു. എങ്കിലും അത് പുറത്തുപറഞ്ഞില്ല. കുട്ടി വിഷാദഭരിതനായി എന്തോ ആലോചിച്ചുകൊണ്ട് മച്ചിലേക്ക് നോക്കി ക്കിടക്കുകയായിരുന്നു. അവൻ അപ്പോഴും പിണങ്ങിയിരിക്കുകയാണെ ന്ന് തോന്നി. അവിടെ നടന്ന സംഭാഷണത്തിൽ അവൻ യാതൊരു താൽപര്യവും കാട്ടിയില്ല. അതൊന്നും തന്നെ ബാധിക്കുന്ന കാര്യങ്ങളല്ല എന്ന മട്ടായിരുന്നു അവനെന്നുപോലും എനിക്ക് തോന്നി.

ഞാൻ ഭൂപടത്തിലെ നീലവര പരിശോധിച്ചു ജർമ്മൻകാരുടെ പ്രതിരോധനിര സമദൂരത്തിൽ ഉള്ളിലേക്ക് വ്യാപിച്ചുകിടന്നു. യഥാർത്ഥ ത്തിൽ അവ എങ്ങനെയായിരിക്കുമെന്ന് സങ്കൽപ്പിച്ചുകൊണ്ട് ഞാൻ പതുക്കെ ചോദിച്ചു:

“അക്കരെ അടുക്കാൻ ഏറ്റവും പറ്റിയ ഇടമാണോ നമ്മൾ തിരഞ്ഞെടുത്തിരിക്കുന്നത്? ശത്രുവിന്റെ പ്രതിരോധനിര ഇത്ര നിബിഡമല്ലാത്ത ഒരിടവുമില്ലേ? ദുർബലമായ ഇടങ്ങളോ വിടവുകളോ അവിടെ ഇല്ലെന്നാണോ നിങ്ങൾ പറയുന്നത്, ഉദാഹരണത്തിന് സന്ധികളിൽ?”

ഹോളിൻ എന്നെ കണ്ണിറുക്കി പരിഹാസപൂർവ്വം നോക്കി.

“നിങ്ങളെപ്പോലെ യുദ്ധരംഗത്ത് നേരിട്ട് പോരാട്ടം നടത്തുന്ന കൂട്ടർ മൂക്കിന് കീഴെയുള്ളതല്ലാതെ മറ്റൊന്നും കാണുന്നില്ല. ശത്രുവിന്റെ പ്രധാന സൈനികശക്തി നിങ്ങളുടെ തൊട്ടുമുമ്പിൽ കേന്ദ്രീകരിച്ചിരിക്കുകയാണെന്നും മറ്റ് മേഖലകളിലൊക്കെ പേരിനുമാത്രം ആളെ നിർത്തിയിട്ടേ ഉള്ളെന്നുമാണ് നിങ്ങൾ വിചാരിക്കുന്നത്.

ഞങ്ങൾ ഈ സ്ഥലം തിരഞ്ഞെടുത്തത് വേണ്ടത്ര സൂക്ഷ്മതയോടെ അല്ലെന്നാണോ തന്റെ വിചാരം? അതോ ഞങ്ങൾക്ക് തന്റെയത്ര വിവരമില്ലെന്നാണോ? തനിക്ക് അറിയണമെങ്കിൽ കേട്ടോളൂ: യുദ്ധമുന്നണി അങ്ങേറ്റം ഇങ്ങേറ്റം ജർമ്മൻ പട്ടാളക്കാരെക്കൊണ്ട് നിറഞ്ഞിരിക്കയാണ്. അവിടെ സൂചികുത്താൻ ഇടമില്ല. പിന്നെ സന്ധികളുടെ കാര്യം പറഞ്ഞാൽ, ജർമ്മൻകാർ മണ്ടന്മാരല്ല. അവർ അവിടെയും കണ്ണ് തുറന്നുതന്നെയാണ് ഇരിക്കുന്നത്. ഇക്കാലത്ത് കണ്ടന്മാരെ എങ്ങും കാണാനില്ല. ഡസൻ കണക്കിന് കിലോമീറ്ററുകൾ നീളത്തിൽ കരുത്തുറ്റ ഒരു പ്രതിരോധനിരയാണുള്ളത്.” ഹോളിൻ ഒരു നെടുവീർപ്പോടെ പറഞ്ഞു. “കേൾക്കൂ മനുഷ്യാ, ഞങ്ങൾ ഇത് പലതവണ പരിശോധിച്ച് നോക്കിയിട്ടുണ്ട്. ഞങ്ങൾ ഇതൊന്നും ഒറ്റനോട്ടത്തിൽ തീരുമാനിക്കുന്നതല്ല. മനസ്സിലായോ?”

അയാൾ എഴുന്നേറ്റ് കുട്ടിയുടെ അടുത്ത് ചെന്നിരുന്ന് പതിഞ്ഞ ശബ്ദത്തിൽ അവന് നിർദ്ദേശങ്ങൾ നൽകിത്തുടങ്ങി. ആദ്യമായിട്ടല്ല അയാൾ അത് ചെയ്യുന്നതെന്ന് എനിക്ക് തോന്നി.

“മലയിടുക്കിലെത്തിയാൽ വക്കിലൂടെ മുന്നോട്ട് പോകണം. ഇടുക്കിന്റെ അടിത്തട്ടിൽ മുഴുവൻ മൈനുകളുണ്ടെന്ന് ഓർമ്മ വേണം. ഇടയ്ക്കിടെ നടപ്പ് നിർത്തി ശ്രദ്ധിക്കണം. അനങ്ങാതെ നിന്ന് ശ്രദ്ധിക്കണം, മനസ്സിലായോ? കിടങ്ങുകളിൽ പാറാവുകാർ റോന്തുചുറ്റിക്കൊണ്ടിരിക്കും. അതുകൊണ്ട് ശബ്ദമുണ്ടാക്കാതെ ഇഴഞ്ഞുചെന്ന് അവർ കടന്നുപോകുന്നത് വരെ കാത്തിരിക്കണം. അവർ പോയാലുടൻ കിടങ്ങിനപ്പുറം കടന്ന് മുന്നോട്ട് പോവുക.”

ഞാൻ അഞ്ചാമത്തെ കമ്പനിയുടെ കമാണ്ടറായ ഗ്രൂശിന് ഫോൺ ചെയ്ത് അയാളെ ചാർജ്ജേൽപ്പിക്കുന്ന എന്ന വിവരം അറിയിക്കുകയും വേണ്ട കൽപ്പനകൾ കൊടുക്കുകയും ചെയ്തു. ഞാൻ ഫോൺ താഴെവച്ചിട്ട് വീണ്ടും ഹോളിന്റെ പതിഞ്ഞ സംസാരം ശ്രദ്ധിച്ചു:

“നീ ഫ്യോദൊറൊവിക്കയിൽ കാത്തിരിക്കണം.... അപകടത്തി ലൊന്നും ചെന്നുചാടരുത്. നീ വളരെ സൂക്ഷിക്കണം, അത് വളരെ പ്രധാനമാണ്.”

“അത് പറയുന്നതുപോലെ എളുപ്പമല്ല!” കുട്ടി മുഖം വീർപ്പിച്ചുകൊണ്ട് പറഞ്ഞു.

“എനിക്കതറിയാം. എങ്കിലും നീ സൂക്ഷിക്കണം. എപ്പോഴും ഒരു കാര്യം ഓർത്തോളൂ - നീ ഒറ്റയ്ക്കല്ല. നീ എവിടെയായാലും ഞാൻ എപ്പോഴും നിന്നെപ്പറ്റി ഓർത്തുകൊണ്ടിരിക്കും. ലെഫ്റ്റനന്റ് കേണലും നിമിഷനേരത്തേയ്ക്ക് പോലും നിന്നെ മറക്കുകയില്ല.”

“എന്നിട്ടും കതസോനൊവ് എന്നെ കാണാതെ പോയി.” ബാലസ ഹജമായ ചാപല്യത്തോടെ കുട്ടി വീണ്ടും പരിഭവം പറഞ്ഞു.

“അയാൾക്ക് തീരെ സമയം കിട്ടിയില്ലെന്ന് ഞാൻ പറഞ്ഞില്ലേ? അടിയന്തിരമായി പോകേണ്ടിവന്നു. അയാൾക്ക് നിന്നോട് എത്ര സ്നേ ഹമുണ്ടെന്ന് നിനക്കറിയാമല്ലോ, ഇല്ലേ? അയാൾക്ക് ഈ ലോകത്തിൽ മറ്റാരും ഇല്ലെന്നും നിനക്കറിയാം.”

“അറിയാം” കുട്ടി ഒരു തേങ്ങൽ അടക്കിക്കൊണ്ട് പറഞ്ഞു. “എന്നാലും ഒന്ന് വന്നിട്ട് പോകാമായിരുന്നു...”

ഹോളിൻ അവന്റെ അടുത്ത് കിടന്ന് അവന്റെ ഇളംമഞ്ഞനിറമുള്ള മുടിയിൽ തലോടിക്കൊണ്ട് എന്തോ പറഞ്ഞു. ഞാൻ അതെന്താണെന്ന് ശ്രദ്ധിക്കാൻ പോയില്ല.

എനിക്ക് പല കാര്യങ്ങളും ചെയ്യാനുണ്ടായിരുന്നു. ഞാൻ ബദ്ധപ്പെ ട്ട് അവയെല്ലാം ചെയ്തുതീർക്കാൻ ഒരുങ്ങി. എന്നാൽ ഒന്നും ചെയ്യാൻ കഴിഞ്ഞില്ല. പിന്നീട് ഞാൻ അമ്മയ്ക്ക് ഒരെഴുത്തെഴുതാൻ ഇരുന്നു. അന്വേഷണത്തിന് പുറപ്പെടുന്ന ഓരോ ഭടനും അതിന് തൊട്ടുമുമ്പ് തന്റെ പ്രിയപ്പെട്ടവർക്ക് എഴുത്തെഴുതാറുണ്ടെന്ന് എനിക്കറിയാമായിരുന്നു. എന്നാൽ എനിക്ക് വല്ലാത്ത പിരിമുറുക്കം അനുഭവപ്പെട്ടിരുന്നതിനാൽ ഉദ്ദേശിച്ചതുപോലെ ഒന്നും എഴുതാൻ കഴിഞ്ഞില്ല. ഒരു പെൻസിൽ കൊണ്ട് അരപ്പേജ് കുത്തിക്കുറിച്ചിട്ട് ഞാൻ അത് കീറി തീയിലിട്ടു.

“സമയമായി,” വാച്ചിൽ നോക്കിയിട്ട് ഹോളിൻ എന്നോട് പറഞ്ഞു. അയാൾ എണീറ്റ് സ്യൂട്ട്കെയ്സ് ബഞ്ചിൽ എടുത്തുവച്ചു. പലകത്തട്ടിനടി യിൽ വച്ചിരുന്ന ഭാണ്ഡം പുറത്തെടുത്തു. ഞങ്ങൾ ഇരുവരും യാത്രയ്ക്കുള്ള വസ്ത്രങ്ങൾ ധരിച്ചു. തുണികൊണ്ടുള്ള അടിയുടുപ്പുകൾക്ക് മീതെ അയാൾ മേൽത്തരം കമ്പിളിനൂലുകൊണ്ട് തുന്നിയ അണ്ടർപാന്റും സ്വെറ്ററും ധരിച്ചു. അതിനുമീതെ കമ്പിളിത്തുണികൊണ്ടുള്ള ഷർട്ടും ട്രൗസറും അണിഞ്ഞു. എല്ലാറ്റിന്റേയും മീതെ ജർമ്മൻകാരുടെ പച്ചനിറത്തിലുള്ള ഒരു പ്രച്ഛന്നാവരണവും ധരിച്ചു. ഞാനും അതുപോലെ വസ്ത്രം ധരിക്കാൻ

ആരംഭിച്ചു. കതസോനൊവിന്റെ കമ്പിളി അണ്ടർപാന്റ് എനിക്ക് ചെറുതായിരുന്നു. അത് അരയ്ക്ക് മുകളിൽ കീറുമെന്ന് തോന്നി. എന്ത് ചെയ്യണമെന്നറിയാതെ ഞാൻ ഹോളിനെ നോക്കി.

"സാരമില്ല!" അയാൾ പറഞ്ഞു. "അത് ഇട്ടോളൂ. കീറിപ്പോയാൽ നമുക്ക് വേറെ കിട്ടും."

ട്രൗസറിന് അൽപം നീളക്കുറവുണ്ടായിരുന്നെങ്കിലും പ്രച്ഛന്നാവരണം എനിക്ക് ഏതാണ്ട് പാകമായിരുന്നു. ഞങ്ങൾ അടിയിൽ കടയാണി തറച്ച ജർമ്മൻ പട്ടാളബൂട്ടുകളാണ് കാലിൽ ധരിച്ചത്. അതിന് വല്ലാത്ത കനമാണെന്ന് എനിക്കുതോന്നി. എന്നാൽ മറുകരയിൽ ഞങ്ങളുടെ ഷൂസിന്റെ അടയാളങ്ങൾ അവശേഷിക്കുന്നത് അപകടകരമായതിനാൽ ഇത്തരം ജർമ്മൻ ബൂട്ടുകൾ ധരിക്കേണ്ടത് അത്യാവശ്യമാണെന്ന് ഹോളിൻ പറഞ്ഞു. എന്റെ പ്രച്ഛന്നാവരണത്തിന്റെ ചരടുകൾ അയാൾ കെട്ടിത്തന്നു.

ഒടുവിൽ ഞങ്ങൾ ഇരുവരും തയ്യാറായിക്കഴിഞ്ഞു. ഞങ്ങൾ ഓരോ കത്തിയും എഫ് -1കൈബോംബും ബെൽറ്റിൽ നിന്ന് തൂക്കിയിട്ടിരുന്നു. ഹോളിൻ ഒരു കനമുള്ള ആന്റിടാങ്ക് കൈബോംബ് കരുതിയിരുന്നു. നിറച്ച കൈത്തോക്ക് ഞങ്ങൾ ബെൽറ്റിനുള്ളിൽ തിരുകിവച്ചു. പ്രച്ഛന്നാവരണത്തിന്റെ കൈയിൽ കോംപസ്സും ഇരുട്ടത്ത് കാണാവുന്ന ഡയലുള്ള വാച്ചും മറച്ചുവച്ചു. ഹോളിൻ അടയാളവാണം അയക്കാനുള്ള തോക്കും ടോമിഗണ്ണിന്റെ ഡിസ്ക്കും പരിശോധിച്ചു.

ഞങ്ങൾ തയ്യാറായെങ്കിലും ഇവാൻ അപ്പോഴും തലയ്ക്കടിയിൽ കൈകൾ വച്ച് ഭിത്തിയിലേക്ക് മുഖംതിരിച്ച് ബങ്കിൽ കിടക്കുകയായിരുന്നു.

തവിട്ടുനിറമുള്ള മുഷിഞ്ഞ ഒരു ക്വിൽറ്റ് ജാക്കറ്റും അവിടവിടെ തുന്നിക്കൂട്ടിയ ചാരനിറമുള്ള പഴഞ്ചൻ ട്രൗസറും ചെവിമൂടികളോടുകൂടിയ ഒരു വൃത്തികെട്ട രോമത്തൊപ്പിയും പൊളിഞ്ഞ ഒരുജോഡി പഴഞ്ചൻ ബൂട്ടുകളും ഹോളിൻ സ്യൂട്ട്കെയ്സിൽനിന്ന് പുറത്തെടുത്തു. ലിനൻ അടിയുടുപ്പുകളും അവിടവിടെ തുന്നിക്കൂട്ടിയ പഴയ സ്വെറ്ററും സോക്സും ചുരുങ്ങിക്കൂടിയ ഒരു പഴയ സഞ്ചിയും കാലിൽ ചുറ്റാനുള്ള പഴന്തുണിയും മറ്റും അയാൾ പലകത്തട്ടിന്റെ വക്കിൽ എടുത്തുവച്ചു.

വീട്ടിൽ നെയ്തെടുത്ത ഒരു കഷ്ണം തുണി ഹോളിൻ കുട്ടിയുടെ കാലിൽ ചുറ്റിക്കെട്ടി. അരക്കിലോഗ്രാം സോസേജ്, രണ്ടുകഷ്ണം പന്നിക്കൊഴുപ്പ്, റൈകൊണ്ടുണ്ടാക്കിയ ഒരു വലിയ കഷ്ണം റൊട്ടി, കുറെ വെളുത്ത റൊട്ടിക്കഷ്ണങ്ങൾ എന്നിവ ഹോളിൻ കരുതിയിരുന്നു. സോസേജും പന്നിക്കൊഴുപ്പും പട്ടാളക്കാർക്ക് വിതരണം ചെയ്യുന്നതരമായിരുന്നില്ല. സാധാരണ ഗ്രാമീണഭവനങ്ങളിൽ ഉണ്ടാക്കുന്ന തരമായിരുന്നു അവ. റൊട്ടിപോലും വീട്ടിലെ അടുപ്പിൽ ചുട്ടെടുത്തതായിരുന്നു.

ഓരോ വിശദാംശവും ഇത്രയേറെ സൂക്ഷ്മതയോടെ ഇവർ കൈകാര്യം ചെയ്തിരിക്കുന്നത് കണ്ട് ഞാൻ അത്ഭുതപ്പെട്ടു.

ആഹാരസാധനങ്ങൾ ഹോളിൻ സഞ്ചിയിൽ എടുത്തുവച്ചു. എന്നിട്ടും കുട്ടി അനങ്ങിയില്ല. ഹോളിൻ അവനെ ഒളിഞ്ഞുനോക്കിയെങ്കിലും ഒരക്ഷരം പറയാതെ വീണ്ടും അടയാളവാണങ്ങൾ വിടുന്ന തോക്കുകളും ടോമിഗണ്ണിന്റെ ഡിസ്ക്കും പരിശോധിച്ച് തുടങ്ങി.

ഒടുവിൽ കുട്ടി എണീറ്റിരുന്നു. അവൻ സാവധാനം, യാതൊരു തിടുക്കവും കൂട്ടാതെ, തന്റെ യൂണിഫോറം ഊരിമാറ്റിത്തുടങ്ങി. കടുംനീല ട്രൗസറുകളുടെ പിൻഭാഗത്തും മുട്ടുകളുടെ സ്ഥാനത്തും പൊടിപിടിച്ചിരിക്കുന്നത് ഞാൻ കണ്ടു.

“ഇത് അലക്കിച്ച് വയ്ക്കണം.” കുട്ടി പറഞ്ഞു.

“ഇത് തിരിച്ചുകൊടുത്തിട്ട് പുതിയ ഒരു സെറ്റ് സ്റ്റോറിൽനിന്നും വാങ്ങിവയ്ക്കാം?” ഹോളിൻ പറഞ്ഞു.

“വേണ്ട. ഇത് അലക്കിയാൽ മതി.”

കുട്ടി വളരെ പതുക്കെ അവനുവേണ്ടി കരുതിയിരുന്ന പഴഞ്ചൻ വസ്ത്രങ്ങൾ ഓരോന്നായി ധരിച്ചുതുടങ്ങി. ഹോളിൻ അവനെ സഹായിച്ചു. പിന്നീട് അയാൾ അവനെ നാല് വശത്തുനിന്നും നോക്കി. അവൻ ഇപ്പോൾ ശരിക്കും വീടുംകൂടുമില്ലാത്ത ഒരു തെണ്ടിച്ചെറുക്കനെപ്പോലെയിരുന്നിരുന്നു. അക്കാലത്ത് അത്തരം കുട്ടികളെ മാർഗ്ഗമദ്ധ്യേ ധാരാളം കാണാമായിരുന്നു.

കുട്ടി വീട്ടിൽ ഉണ്ടാക്കിയ ഒരു ചെറിയ പേനാക്കത്തിയും അധിനിവേശപ്രദേശങ്ങളിൽ ജർമ്മൻകാർ ഏർപ്പെടുത്തിയ അറുപതോ എഴുപതോ മാർക്കുകളുടെ ചുരുണ്ടുകൂടിയ നോട്ടുകളും പോക്കറ്റിൽ ഇട്ടു. മറ്റൊന്നും അതിലില്ലായിരുന്നു.

“നമുക്ക് ചാടി നോക്കാം,” ഹോളിൻ പറഞ്ഞു.

ഞങ്ങൾ പലതവണ മുകളിലേക്ക് ചാടി ശബ്ദം പരിശോധിച്ചു. കുട്ടിയുടെ ദേഹത്ത് ശബ്ദമുണ്ടാക്കുന്ന തരത്തിലുള്ള യാതൊരു വസ്തുവും ഉണ്ടായിരുന്നില്ലെങ്കിലും അവനും ചാടി.

റഷ്യയിലെ പഴയ ആചാരപ്രകാരം യാത്ര പുറപ്പെടുന്നതിന് മുമ്പ് ഞങ്ങൾ അൽപനേരം മൗനംപൂണ്ട് നിശ്ചലരായി ഇരുന്നു. കുട്ടിയുടെ മുഖത്ത് ബാലസഹജമല്ലാത്ത ഏകാഗ്രതയും ആന്തരികപിരിമുറുക്കവും വീണ്ടും പ്രത്യക്ഷപ്പെട്ടു. ആറ് ദിവസം മുമ്പ് അവൻ ആദ്യമായി എന്റെ സങ്കേതത്തിൽ വന്നപ്പോൾ ഞാൻ കണ്ട മുഖമായിരുന്നു അത്.

***

അടയാള ടോർച്ചിന്റെ ചുവന്ന വെളിച്ചം കണ്ണുകളിലേക്ക് അടിച്ചിട്ട് —ഇരുട്ടത്ത് കൂടുതൽ നന്നായി കണ്ണുകാണാനാണ് അത്—ഞങ്ങൾ വഞ്ചി കിടക്കുന്നിടത്തേക്ക് പുറപ്പെട്ടു. ഞാനാണ് മുമ്പേ നടന്നത്. പതിനഞ്ച് ചുവട് പിന്നിൽ കുട്ടിയും അവന്റെ പിന്നിലായി ഹോളിനും നടന്നു.

വഴിക്ക് ആരെയെങ്കിലും കണ്ടാൽ ഞാൻ അവരെ ഉറക്കെ വിളിക്കുകയും അവരോട് സംസാരിച്ചുകൊണ്ട് നിൽക്കുകയും ചെയ്ത് കുട്ടിക്ക് ഒളിക്കാൻ അവസരം ഉണ്ടാക്കിക്കൊടുക്കണമെന്ന് മുൻകൂട്ടി ഹോളിൻ എനിക്ക് നിർദ്ദേശം നൽകിയിരുന്നു. ഞാനും ഹോളിനുമല്ലാതെ മറ്റാരും അവനെ കാണാൻ ഇടയാകരുതെന്ന് അയാൾ ശക്തമായി എന്നെ താക്കീതുചെയ്തിരുന്നു.

ഞങ്ങളുടെ വലതുവശത്തായി ഇരുട്ടിൽനിന്ന് പതിഞ്ഞ സ്വരത്തിലുള്ള കൽപ്പന കേട്ടു. "പീരങ്കിഭടന്മാർ സ്ഥാനങ്ങളിൽ നിൽക്കുക!" കുറ്റിക്കാടിനിടയിൽ കമ്പുകൾ ഒടിയുന്നതിന്റേയും ഭടന്മാർ പതുക്കെ ശാപവാക്കുകൾ ഉരവിട്ടുകൊണ്ട് തങ്ങളുടെ സ്ഥാനങ്ങളിലേക്ക് പോകുന്നതിന്റേയും ശബ്ദം ഞങ്ങൾ കേട്ടു. എന്റെ ബറ്റാലിയന്റേയും മൂന്നാമത്തെ ബറ്റാലിയന്റേയും കിടങ്ങുകൾ സ്ഥിതിചെയ്തിരുന്നത് ആ കുറ്റിക്കാട്ടിലായിരുന്നു. കിടങ്ങുകളിലെ തോക്കുകളുടേയും മോർട്ടാറുകളുടേയും സ്ഥാനങ്ങളിൽ ഭടന്മാർ ധൃതിയിൽ ചെന്ന് നിലകൊണ്ടു.

അന്നത്തെ സംരംഭത്തിൽ ഞങ്ങളെ കൂടാതെ ഇരുന്നൂറുപേർ പങ്കെടുക്കുന്നുണ്ടായിരുന്നു. ഏത് നിമിഷവും പീരങ്കിവെടികൊണ്ട് ജർമ്മൻ ചൗക്കകളുടെമേൽ ഇടതടവില്ലാതെ ആക്രമണം നടത്തി ഞങ്ങൾക്ക് കടന്നുപോകാൻ ഒരു മറയുണ്ടാക്കാൻ തയ്യാറായി അവർ കൽപ്പന കാത്തുനിന്നു. ഇത് ഒരു സാധാരണ കിടങ്ങു യുദ്ധമാണെന്നായിരുന്നു അവരുടെ എല്ലാവരുടേയും ധാരണ. അവരുടെ കമാണ്ടിംഗ് ഓഫീസർമാരോട് അങ്ങനെ പറയാൻ ഹോളിൻ നിർബന്ധിതനായിരുന്നു.

വഞ്ചി കിടന്നത് കാവൽചൗക്കയ്ക്കടുത്താണ്. അത് രണ്ട് പാറാവുകാർ നിൽക്കേണ്ട ഒരു കാവൽചൗക്കയാണ്. എന്നാൽ ഹോളിൻ ആവശ്യപ്പെട്ടതനുസരിച്ച് അവിടെ ഒരാളെ കാവൽ നിർത്തിയാൽ മതിയെന്ന് ഞാൻ കാവൽചൗക്കയുടെ കമാണ്ടർക്ക് കൽപ്പന കൊടുത്തിരുന്നു. ദ്യോമിൻ എന്ന് പേരുള്ള മദ്ധ്യവയസ്ക്കനായ ഒരു ലാൻസ് കോർപൊറലാണ് അവിടെ പാറാവ് നിന്നിരുന്നത്. പുഴവക്കിനോടടുത്തപ്പോൾ ഞാൻ മുമ്പേ ചെന്ന് അയാളുമായി സംസാരിച്ച് നിൽക്കണമെന്ന് ഹോളിൻ എന്നോട് പറഞ്ഞു. ആ സമയത്തുവേണം ഹോളിനും കുട്ടിക്കും കടന്നുപോകാൻ. ഈ മുൻകരുതലൊക്കെ അനാവശ്യമാണെന്ന് എനിക്ക് തോന്നി. എന്നാൽ അതെന്നെ അത്ഭുതപ്പെടുത്തിയില്ല. എല്ലാ അന്വേഷകരും അയാളെപ്പോലെ ഗോപ്യമായി പ്രവർത്തിക്കുന്നവരാണെന്ന് എനിക്കറിയാമായിരുന്നു.

"ഒരഭിപ്രായപ്രകടനവും പാടില്ല." ഞാൻ ധൃതിയിൽ മുമ്പോട്ട് നടക്കാൻ ഒരുങ്ങിയപ്പോൾ ശക്തിയായി താക്കീത് ചെയ്യുന്നതുപോലെ ഹോളിൻ എന്റെ ചെവിയിൽ മന്ത്രിച്ചു. ഓരോ ചുവടുവയ്ക്കുമ്പോഴും അയാൾ ഇങ്ങനെ താക്കീതുചെയ്യുന്നത് എനിക്ക് അസഹ്യമായി തോന്നി. ഞാൻ കൊച്ചുകുട്ടിയൊന്നുമല്ലല്ലോ. സ്വന്തമായി കാര്യങ്ങൾ തീരുമാനിക്കാനുള്ള കഴിവ് എനിക്കുമുണ്ട്. ഞാൻ വിചാരിച്ചു.

പട്ടാളനിയമമനുസരിച്ച് ദ്യോമിൻ ദൂരെ നിന്ന് എന്നെ തടഞ്ഞുനിർത്തി. ഞാൻ ആരാണെന്ന് വെളിപ്പെടുത്തിയിട്ട് കിടങ്ങിനടുത്തേക്ക് നടന്നു. ഞാൻ കിടങ്ങിലേക്ക് ചാടിയിറങ്ങി. അയാൾ എന്നോട് സംസാരിച്ചുകൊണ്ട് വഴിക്ക് പുറംതിരിഞ്ഞ് നിൽക്കാൻ വേണ്ടിയാണ് ഞാൻ അങ്ങനെ ചെയ്തത്.

"പുകവലിച്ചോളൂ." എന്ന് പറഞ്ഞുകൊണ്ട് ഞാൻ സിഗററ്റ് അയാൾക്ക് നീട്ടി. അയാൾ ഒരു സിഗററ്റ് എടുത്തു.

അയാൾ നിലത്തിരുന്ന് നനഞ്ഞ തീപ്പെട്ടിക്കമ്പുകൾ ഒന്നിന് പുറകെ ഒന്നായി ഉരച്ചുതുടങ്ങി. ഒടുവിൽ ഒരെണ്ണം കത്തി. അയാൾ ആദ്യം അത് എനിക്ക് നീട്ടി.

പിന്നീട് അയാളും സിഗററ്റ് കത്തിച്ചു. കിടങ്ങിനുള്ളിൽ കച്ചിയുടെ പുറത്ത് ആരോ കിടന്നുറങ്ങുന്നത് തീപ്പെട്ടിക്കമ്പിന്റെ വെളിച്ചത്തിൽ ഞാൻ കണ്ടു. അയാളുടെ തൊപ്പി എനിക്ക് സുപരിചിതമാണെന്ന് തോന്നി. ശക്തിയായി അകത്തേക്ക് പുകവലിച്ചുകൊണ്ട് ഞാൻ ഒന്നും പറയാതെ എന്റെ ടോർച്ച് തെളിച്ച് നോക്കി.

കതസോനൊവാണ് അവിടെ കിടന്നിരുന്നത്. അയാൾ തൊപ്പി കൊണ്ട് മുഖം മറച്ച് മലർന്ന് കിടക്കുകയായിരുന്നു. കാര്യം അപ്പോഴും മനസ്സിലാകാതെ ഞാൻ ആ തൊപ്പി ഉയർത്തി. മുയലിന്റേത് പോലെ സൗമ്യമായ ചാരനിറമാർന്ന മുഖം. ഇടത്തെ കണ്ണിന്റെ മുകളിലായി വെടിയുണ്ട തുളച്ചുകയറിയ ഒരു ദ്വാരം.

"ഒരു കാര്യവുമില്ലാതെ വന്നുചേർന്ന അപകടം," ദ്യോമിൻ പറഞ്ഞു. അയാളുടെ ശബ്ദം വിദൂരതയിലെവിടെയോ നിന്ന് വരുന്നതാണെന്ന് എനിക്ക് തോന്നി. "അവർ വഞ്ചി തയ്യാറാക്കിക്കഴിഞ്ഞ് എന്റെയടുത്തിരുന്ന് പുകവലിക്കുകയായിരുന്നു. ക്യാപ്റ്റൻ ഇവിടെ നിന്ന് സംസാരിക്കുമ്പോഴാണ് ഇദ്ദേഹം മുകളിലേക്ക് കയറിയത്. കയറേണ്ട താമസം അദ്ദേഹം തിരിച്ച് കിടങ്ങിലേക്ക് വഴുതിവീണു. വെടിപൊട്ടുന്ന ഒച്ചപോലും ഞങ്ങളാരും കേട്ടില്ല. ക്യാപ്റ്റൻ ഓടിച്ചെന്ന് ഇദ്ദേഹത്തെ കുലുക്കി വിളിച്ചു: "കപിതോനിച്ച്!... കപിതോനിച്ച്!" എന്നാൽ അപ്പോഴേയ്ക്കും ഇദ്ദേഹം മരിച്ചുകഴിഞ്ഞിരുന്നു. ആരോടും ഇക്കാര്യം മിണ്ടിപ്പോകരുതെന്നാണ് ക്യാപ്റ്റന്റെ കൽപ്പന."

പുഴയിൽനിന്ന് തിരിച്ചുവന്നപ്പോൾ ഹോളിന് എന്തോ ഒരു പന്തി കേടുണ്ടെന്ന് തോന്നാനുള്ള കാരണം എനിക്കിപ്പോൾ മനസ്സിലായി.

"അഭിപ്രായപ്രകടനങ്ങളൊന്നും വേണ്ട" എന്ന് പുഴയുടെ ഭാഗത്തുനിന്ന് ഹോളിൻ ആധികാരികസ്വരത്തിൽ മന്ത്രിക്കുന്നത് എന്റെ കാതിൽ മുഴങ്ങി.

എല്ലാം എനിക്കിപ്പോൾ മനസ്സിലായി. പുതിയ ഒരു ദൗത്യം നിർവ്വഹിക്കാൻ പുറപ്പെടുന്ന ഈ സന്ദർഭത്തിൽ യാതൊരു കാരണവശാലും ആ ബാലന്റെ മനസ്സ് വിഷമിക്കാൻ ഇടവരുത്തരുത്. അവൻ ഇക്കാര്യം അറിയാൻ പാടില്ല.

ഞാൻ കിടങ്ങിന് പുറത്തുകടന്ന് പുഴക്കരയിലേക്ക് നടന്നു. കുട്ടി വഞ്ചിയിൽ കയറിക്കഴിഞ്ഞിരുന്നു. ഞാൻ എന്റെ ടോമിഗൺ തയ്യാറാക്കിപ്പിടിച്ചുകൊണ്ട് അവന്റെ അടുത്തായി അമരത്ത് കയറിയിരുന്നു.

"ഒരേപോലെ ഇരിക്കു," ഞങ്ങളെ ഒരു മഴക്കോട്ടുകൊണ്ട് പുതപ്പിക്കുന്നതിനിടയിൽ ഹോളിൻ മന്ത്രിച്ചു. "വഞ്ചി ചരിയാത്തരീതിയിൽ ഇരിക്കണം."

വഞ്ചി വെള്ളത്തിലേക്ക് തള്ളിനീക്കിയിട്ട് ഹോളിൻ അതിലേക്ക് ചാടിക്കയറി തുഴകൾ കൈയിലെടുത്തു. വാച്ചിൽ നോക്കിയിട്ട് അയാൾ അൽപനേരം കാത്തിരുന്നു.

പിന്നീട് അയാൾ മെല്ലെ ഒരുതവണ ചൂളമടിച്ചു. പ്രവർത്തനം തുടങ്ങാനുള്ള അടയാളമായിരുന്നു അത്.

ഉടൻതന്നെ അതിന് മറുപടിയായി വലതുവശത്തായി ഇരുട്ടിൽ ഒരു വെടിപൊട്ടുന്ന ശബ്ദം കേട്ടു. സപ്പോർട്ടിംഗ് യൂണിറ്റുകളുടെ കമാണ്ടർമാരും പീരങ്കിവിഭാഗത്തിന്റെ നിരീക്ഷകരും കൂടിയിരുന്നിരുന്ന വലിയ പീരങ്കിക്കിടങ്ങിൽ നിന്നാണ് ആ ശബ്ദം ഉയർന്നത്.

ഹോളിൻ വഞ്ചി തിരിച്ച് തുഴഞ്ഞ് തുടങ്ങി. കര പെട്ടെന്ന് അപ്രത്യക്ഷമായി. തണുത്ത രാത്രിയുടെ കറുത്ത പുതപ്പ് ഞങ്ങളെ മൂടി.

6

ഹോളിന്റെ ഒരേക്രമത്തിലുള്ള ചൂടുള്ള നിശ്വാസം എന്റെ മുഖത്ത് അനുഭവപ്പെട്ടു. അയാൾ ശക്തിയായി തുഴഞ്ഞ് വഞ്ചി മുമ്പോട്ട് കൊണ്ടുപോയി. തുഴകൾ വെള്ളത്തിൽ മുട്ടുന്നതിന്റെ പതിഞ്ഞ ശബ്ദം കേൾക്കാമായിരുന്നു. മഴക്കോട്ടിനടിയിൽ മറഞ്ഞ് കുട്ടി എന്റെ അടുത്ത് നിശ്ചലനായി ഇരിക്കുകയായിരുന്നു.

ഞങ്ങളുടെ മുമ്പിൽ, വലത്തെ കരയിൽ, ജർമ്മൻകാർ പതിവുപോലെ അവരുടെ മുന്നണിനിരയിൽ ഉടനീളം ഒന്നും ഒറ്റയുമായി വെടിപൊട്ടിക്കുകയും നദീതടം പ്രകാശമാനമാക്കാനായി വാണങ്ങൾ വിടുകയും ചെയ്തുകൊണ്ടിരുന്നു. മഴയുണ്ടായിരുന്നതിനാൽ വാണങ്ങളുടെ വെളിച്ചം മങ്ങിയിരുന്നു. കാറ്റ് വീശിയിരുന്നത് ഞങ്ങളുടെ എതിർദിശയിൽ നിന്നാണ്. കാലാവസ്ഥ ഞങ്ങൾക്ക് അനുകൂലമായിരുന്നു.

ഞങ്ങളുടെ ഭാഗത്തുനിന്നുള്ള ട്രേസർബുള്ളറ്റുകൾ പുഴയ്ക്ക് മീതെ ഉയർന്നു. മൂന്നാമത്തെ ബറ്റാലിയന്റെ ഇടത്തെ പാർശ്വത്തിൽനിന്ന് ഓരോ അഞ്ചോ ഏഴോ മിനിട്ടിലും അത്തരം ട്രേസർബുള്ളറ്റുകൾ അയയ്ക്കാൻ കൽപ്പന കൊടുത്തിരുന്നു. ഞങ്ങൾക്ക് സ്വന്തം കരയിലേക്ക് മടങ്ങാനുള്ള വഴി കാണിക്കുകയായിരുന്നു അവയുടെ ഉദ്ദേശം.

"പഞ്ചസാര!" ഹോളിൻ മന്ത്രിച്ചു.

ഞങ്ങൾ രണ്ടുപേരും ഓരോ പഞ്ചസാരക്കട്ട വായിലിട്ട് ചപ്പിത്തുടങ്ങി. അത് കാഴ്ചശക്തിയും ശ്രവണശക്തിയും വർദ്ധിപ്പിക്കുമെന്നാണ് പറയപ്പെടുന്നത്.

ഞങ്ങൾ ഏതാണ്ട് നദിയുടെ മദ്ധ്യത്തിലെത്തിയപ്പോൾ മുമ്പിൽനിന്ന് ഒരു യന്ത്രത്തോക്ക് ശബ്ദിച്ചുതുടങ്ങി. ഞങ്ങളുടെ ചുറ്റിനും വെടിയുണ്ടകൾ ചീറിപ്പാഞ്ഞു. ഒരു ശബ്ദത്തോടെ വെള്ളം തെറിപ്പിച്ചുകൊണ്ട് അവ നദിയിൽ വീണു.

"എം.ജി.34" കുട്ടി എന്റെ ചെവിയിൽ മന്ത്രിച്ചുകൊണ്ട് എന്നോട് പറ്റിച്ചേർന്നിരുന്നു. അവൻ ഊഹിച്ചത് ശരിയായിരുന്നു.

"പേടിയാകുന്നുണ്ടോ?"

"കുറേശ്ശെ," കഷ്ടിച്ച് മാത്രം കേൾക്കാവുന്ന ശബ്ദത്തിൽ അവൻ തുറന്നുപറഞ്ഞു. "എനിക്ക് ഇതുമായി പൊരുത്തപ്പെടാൻ കഴിയുന്നില്ല. സിരാബലം കുറവായതുകൊണ്ടാവാം. അതുപോലെതന്നെ ഭിക്ഷയാചിക്കാനും എനിക്ക് പ്രയാസമാണ്. അത് അങ്ങേയറ്റം ലജ്ജാകരമാണ്."

അഭിമാനിയും തന്റേടിയുമായ ഈ ബാലന് ഭിക്ഷയാചിക്കേണ്ടിവരിക എന്നത് എത്ര ദുസ്സഹമായിരിക്കുമെന്ന് എനിക്ക് സങ്കൽപ്പിക്കാൻ കഴിഞ്ഞു.

ഞാൻ പെട്ടെന്ന് ഒരുകാര്യം ഓർത്തു. "ഞങ്ങളുടെ ബറ്റാലിയനിൽ ഒരു ബോന്ദരെവ് ഉണ്ട്." ഞാൻ ബാലനോട് പറഞ്ഞു. "അയാളും ഗോമെൻ പട്ടണത്തിൽ നിന്നാണ്. അയാൾ നിന്റെ വല്ല ബന്ധുവുമാണോ?"

'അല്ല. എനിക്ക് ബന്ധുക്കൾ ആരും ഇല്ല. അമ്മമാത്രം ഉണ്ട്. അമ്മ എവിടെയാണെന്ന് എനിക്ക് അറിയാൻ പാടില്ല." കുട്ടിയുടെ ശബ്ദം പതറി. "എന്റെ പേര് വാസ്തവത്തിൽ ബുസ്‌ലൊവ് എന്നാണ്, ബോന്ദരെവ് എന്നല്ല."

"ആദ്യത്തെ പേർ ഇവാൻ എന്നല്ലേ."

"അതെ. ഇവാൻ എന്നുതന്നെയാണ്."

"ശ്!"

ഹോളിൻ കുറേക്കൂടി സാവധാനം തുഴഞ്ഞുതുടങ്ങി. ഞങ്ങൾ കരയോട് അടുക്കുകയാണെന്ന് ഞാൻ ഊഹിച്ചു. ഞാൻ മുമ്പിലേക്ക് കണ്ണുമിഴിച്ച് നോക്കി. പക്ഷേ മഴയും മൂടൽമഞ്ഞും കാരണം വാണങ്ങളുടെ മങ്ങിയ വെളിച്ചമല്ലാതെ മറ്റൊന്നും കാണാൻ കഴിഞ്ഞില്ല.

ഞങ്ങൾ അനങ്ങുന്നതേയില്ലെന്ന് തോന്നി. പെട്ടെന്ന് വഞ്ചി മണലിൽ ഉരസി. ഹോളിൻ മിന്നൽവേഗത്തിൽ തുഴകൾ ഉയർത്തി. വെള്ളത്തിലേക്ക് ചാടി വഞ്ചി അമരം മുന്നിലാക്കി കരയ്ക്ക് കയറ്റി.

ഒന്നുരണ്ടു മിനിറ്റുനേരം ഞങ്ങൾ ഇതിനകം നനഞ്ഞുകുതിർന്ന ഞങ്ങളുടെ മഴക്കോട്ടിലും മഴത്തുള്ളികൾ പതിക്കുന്ന ശബ്ദം ഞാൻ വ്യക്തമായി കേട്ടു. ഹോളിന്റെ ക്രമത്തിലുള്ള ശ്വാസോച്ഛ്വാസവും എന്റെ സ്വന്തം ഹൃദയമിടിപ്പും എനിക്ക് കേൾക്കാമായിരുന്നു. എന്നാൽ ആശങ്കാജനകമായ മറ്റ് യാതൊരു ശബ്ദവും കേൾക്കാൻ ഉണ്ടായിരുന്നില്ല. ഹോളിൻ എന്റെ ചെവിയിൽ മന്ത്രിച്ചു:

"ഇവാൻ ഇരിക്കുന്നിടത്തുതന്നെ ഇരിക്കട്ടെ. താൻ ഇറങ്ങി വഞ്ചി പിടിച്ചുകൊണ്ട് നിൽക്കൂ."

അയാൾ ഇരുട്ടിൽ മറഞ്ഞു. ഞാൻ മെല്ലെ മഴക്കോട്ടിനടിയിൽനിന്ന് പുറത്തുകടന്ന് വെള്ളത്തിലേക്കിറങ്ങി. മണൽനിറഞ്ഞ ഓരത്ത് കാലുറപ്പിച്ചുനിന്ന് എന്റെ തോക്ക് ശരിയാക്കിവച്ചിട്ട് ഞാൻ വഞ്ചിയുടെ

അമരത്ത് പിടിച്ചു. കുട്ടി വഞ്ചിയിൽ എണീറ്റ് നിൽക്കുകയാണെന്ന് എനിക്ക് മനസ്സിലായി.

"ഇരിക്കു, ഞാൻ നിന്നെ മഴക്കോട്ടുകൊണ്ട് പുതപ്പിക്കാം." അവന്റെ കൈ തപ്പിപ്പിടിക്കാൻ ശ്രമിച്ചുകൊണ്ട് ഞാൻ പറഞ്ഞു.

"ഇനി അതിന്റെ ആവശ്യമില്ല" കുട്ടി സ്വരംതാഴ്ത്തി പറഞ്ഞു.

ഹോളിൻ തിരിച്ചുവന്ന് ഞങ്ങളുടെ തൊട്ടടുത്ത് നിന്നുകൊണ്ട് ഉന്മേഷപൂർവ്വം മന്ത്രിച്ചു:

"എല്ലാം ഭദ്രം. ഒരു ജീവിയും ഇവിടെങ്ങും ഇല്ല."

വഞ്ചി ഒളിച്ചുവയ്ക്കേണ്ട പുഴയോരത്തെ കുറ്റിക്കാട് മുപ്പതുചുവട് താഴെയാണെന്ന് ഞങ്ങൾക്ക് മനസ്സിലായി. ഏതാനും മിനിറ്റുകൾക്കുള്ളിൽ ഞങ്ങൾ വഞ്ചി ഒളിച്ചുവച്ചിട്ട് പുഴക്കരയിലൂടെ പതുങ്ങിപ്പതുങ്ങി നടന്നുതുടങ്ങി. ഇടയ്ക്കിടെ നിന്ന് എന്തെങ്കിലും ഒച്ച കേൾക്കുന്നുണ്ടോ എന്ന് ശ്രദ്ധിച്ചുകൊണ്ടാണ് ഞങ്ങൾ മുന്നോട്ടുപോയത്. ഒരു അടയാളവാണം ഉയർന്നപ്പോൾ ഞങ്ങൾ ഉന്തിനിന്ന പാറക്കെട്ടിനോട്ചേർന്ന് മരിച്ചവരെപ്പോലെ നിശ്ചലരായി മണലിൽ കിടന്നു. കൺകോണിലൂടെ എനിക്ക്ബാലനെ കാണാൻകഴിഞ്ഞു. അവന്റെ വസ്ത്രങ്ങൾ മഴ നനഞ്ഞ് ഇരുണ്ടിരുന്നു. ഹോളിനും ഞാനും തിരിച്ച് സങ്കേതത്തിലെത്തി നനഞ്ഞ വസ്ത്രങ്ങൾ മാറ്റും, പക്ഷേ ഈ സാധു ബാലൻ...

പെട്ടെന്ന് ഹോളിൻ നടപ്പിന്റെ വേഗത കുറച്ചു. അയാൾ കുട്ടിയുടെ കൈയിൽ വലിച്ചുകൊണ്ട് അവനോടൊപ്പം വെള്ളത്തിലേക്കിറങ്ങി. ഞങ്ങളുടെ മുമ്പിലായി മണലിൽ വെളുത്ത എന്തോ കിടന്നിരുന്നു. "നമ്മുടെ അന്വേഷകരുടെ ജഡം" ഞാൻ ഊഹിച്ചു.

"അതെന്താണ്?" കുട്ടി ചോദിച്ചു.

"ജർമ്മൻകാർ," കുട്ടിയെ ധൃതിയിൽ മുമ്പോട്ട് നയിച്ചുകൊണ്ട് ഹോളിൻ പറഞ്ഞു. "നമ്മുടെ വശത്തുനിന്നുള്ള വെടിയേറ്റ് വീണവർ."

"ദുഷ്ടന്മാർ! അവർ സ്വന്തം ആളുകളുടെപോലും വസ്ത്രങ്ങൾ ഉരിഞ്ഞെടുക്കുന്നു!"കുട്ടി തിരിഞ്ഞ് നോക്കിക്കൊണ്ട് പറഞ്ഞു.

ഞങ്ങൾ നടപ്പ് തുടങ്ങിയിട്ട് വളരെ നേരമായെന്നും ഉദ്ദിഷ്ടസ്ഥാനത്ത് പണ്ടേ എത്തേണ്ടതായിരുന്നെന്നും എനിക്ക് തോന്നി. എന്നാൽ ഞങ്ങൾ വഞ്ചി ഒളിച്ചുവച്ച കുറ്റിക്കാട് മുതൽ ജഡങ്ങൾ കിടക്കുന്നിടംവരെ മൂന്നൂറ് മീറ്ററോളം ദൂരമുണ്ടെന്നും ഇവിടുന്ന് മലയിടുക്കിലേക്ക് ഏതാണ്ട് അത്രതന്നെ ദൂരം ബാക്കിയുണ്ടെന്നും ഞാൻ ഓർത്തു.

അൽപദൂരം ചെന്നപ്പോൾ മറ്റൊരു ശവം കിടക്കുന്നിടത്തെത്തി. അത് ചീഞ്ഞളിഞ്ഞിരുന്നതിനാൽ ദൂരെ നിന്നേ ദുർഗന്ധം മൂക്കിലടിച്ചു. ഞങ്ങളുടെ പിന്നിലായി ഇടത്തേക്കരയിൽ നിന്നുള്ള ട്രേസർബുള്ളറ്റുകൾ മഴത്തുള്ളികൾ നിറഞ്ഞ അന്തരീക്ഷത്തെ ഭേദിച്ചുകൊണ്ടിരുന്നു.

മലയിടുക്ക് വളരെ അടുത്ത് എവിടെയോ ആയിരുന്നു. എന്നാൽ ഞങ്ങൾക്ക് അത് കാണാൻ കഴിഞ്ഞില്ല. ജർമ്മൻകാർ വെളിച്ചം വീശാൻ അങ്ങോട്ട് വാണങ്ങൾ അയച്ചിരുന്നില്ല. അതിന്റെ അടിവശം മുഴുവൻ മൈൻ ഇട്ടിരുന്നതിനാലാവാം. മലയിടുക്കിന്റെ മുകൾത്തട്ടിലാകട്ടെ തേനീച്ചക്കൂട്ടുപോലെ അനേകം കിടങ്ങുകൾ ചിതറിക്കിടന്നിരുന്നു. അവയിലെല്ലാം പാറാവുകാർ റോന്തുചുറ്റിക്കൊണ്ടുമിരുന്നു. അവിടെ ആരും കടന്നുചെല്ലാൻ ഒരുമ്പെട്ടുകയില്ലെന്ന് ജർമ്മൻകാർക്ക് ഉറപ്പുണ്ടായിരുന്നിരിക്കണം.

ആ മലയിടുക്കിൽ വച്ച് കണ്ടുപിടിക്കപ്പെട്ടാൽ ആർക്കും രക്ഷപെടാനാവില്ല. കുട്ടി ആരുടെയും കണ്ണിൽപ്പെടാതെ അത് തരണംചെയ്യും എന്ന വിശ്വാസമായിരുന്നു ഞങ്ങൾക്ക്.

ഒടുവിൽ ഹോളിൻ നടപ്പ് നിർത്തി. നിലത്തിരിക്കാൻ ഞങ്ങളോട് ആംഗ്യം കാണിച്ചിട്ട് അയാൾ ഒറ്റയ്ക്ക് മുന്നോട്ടുപോയി.

താമസിയാതെ അയാൾ തിരിച്ചുവന്ന് അടക്കിയ ശബ്ദത്തിൽ കൽപ്പിച്ചു:

“എന്നെ പിന്തുടരൂ.”

ഞങ്ങൾ പിന്നേയും ഒരു മുപ്പത് ചുവട് മുന്നോട്ട് നടന്ന് പാറക്കെട്ടിനപ്പുറത്തെത്തി നിലത്ത് കുത്തിയിരുന്നു.

“മലയിടുക്ക് നമ്മുടെ നേരെ മുമ്പിലാണ്,” ഹോളിൻ പറഞ്ഞു. അയാൾ പ്രച്ഛന്നവേഷത്തിന്റെ കൈ അൽപം ഉയർത്തി വാച്ചിന്റെ തിളങ്ങുന്ന ഡയലിൽ നോക്കിയിട്ട് കുട്ടിയോട് മന്ത്രിച്ചു: “നമുക്ക് ഇനിയും നാലുമിനിറ്റ് ബാക്കിയുണ്ട്. നിന്റെ സ്ഥിതി എങ്ങനെ?”

“കുഴപ്പമൊന്നുമില്ല!”

ഇരുട്ടത്ത് കാതുകൂർപ്പിച്ച് ശ്രദ്ധിച്ചുകൊണ്ട് ഞങ്ങൾ അൽപനേരം കാത്തിരുന്നു. അഴുകിയമണവും ഈർപ്പവും മൂക്കിൽ തുളച്ചുകയറിക്കൊണ്ടിരുന്നു. ഞങ്ങളുടെ വലതുവശത്തായി ഉദ്ദേശം മൂന്നുമീറ്റർ അകലെ കിടന്നിരുന്ന ഒരു ശവശരീരം വ്യക്തമായി കാണാമായിരുന്നു. അത് നോക്കിയാവാം ഹോളിൻ ഇടുക്കിന്റെ സ്ഥാനം നിർണയിച്ചത്.

“ശരി, എനിക്ക് പുറപ്പെടാറായി” കുട്ടി മന്ത്രിച്ചു.

“ഞാൻ കുറച്ച് ദൂരം നിന്നോടൊപ്പം വരാം” അപ്രതീക്ഷിതമായി ഹോളിൻ പറഞ്ഞു. “മലയിടുക്ക് കടക്കുന്നതുവരെ കൂടെ വരാം.”

അത് ഞങ്ങളുടെ പദ്ധതിയിൽ ഉണ്ടായിരുന്നില്ല.

“വേണ്ട!” കുട്ടി വിലക്കി. “ഞാൻ ഒറ്റയ്ക്ക് പൊയ്ക്കോളാം. നിങ്ങൾ വലിപ്പമുള്ള ഒരു മനുഷ്യനല്ലേ, അവർ കണ്ടുപിടിക്കും.”

“എന്നാൽ ഞാൻ വന്നാലോ?” സന്ദേഹഭാവത്തിൽ ഞാൻ ചോദിച്ചു.

“നിന്നെ മലയിടുക്ക് കടത്തിവിടാനെങ്കിലും എന്നെ സമ്മതിക്ക്.” ഹോളിൻ യാചനാസ്വരത്തിൽ അപേക്ഷിച്ചു. “അവിടെ കളിമണ്ണാണ്. നിന്റെ ഷൂസിന്റെ അടയാളം പതിയും. ഞാൻ നിന്നെ എടുത്ത് അപ്പുറം കടത്താം.”

“വേണ്ടെന്നല്ലേ പറഞ്ഞത്!” കുട്ടി ദേഷ്യത്തോടും വാശിയോടുംകൂടി പറഞ്ഞു. “ഞാൻ ഒറ്റയ്ക്ക് പൊയ്ക്കോളാം.”

അവൻ എന്റെ തൊട്ടടുത്ത് എണീറ്റുനിന്നു. ജീർണിച്ച വസ്ത്രങ്ങള ണിഞ്ഞ ആ മെലിഞ്ഞ ദേഹം വിറയ്ക്കുകയാണോ? അതോ എനിക്ക് വെറുതെ അങ്ങനെ തോന്നിയതാണോ?

“ശരി, പിന്നെ കാണാം.” കുട്ടി അൽപനേരം കഴിഞ്ഞ് ഹോളിനോട് പറഞ്ഞു.

“പിന്നെ കാണാം!” അവർ പരസ്പരം കെട്ടിപ്പിടിക്കുകയും ഹോളിൻ അവനെ ചുംബിക്കുകയും ചെയ്തു. “എവിടെ ചെന്നാലും സൂക്ഷിക്കണം. ഫ്യൊദൊറൊവ്ക്കയിൽ ഞങ്ങളെ കാത്തിരിക്കുക.”

“പിന്നെ കാണാം” കുട്ടി എന്നോടായി പറഞ്ഞു.

“പിന്നെ കാണാം” ഇരുട്ടത്ത് കുട്ടിയുടെ മെല്ലിച്ച കൈ തപ്പിപ്പിടിച്ച് അതിൽ ശക്തിയായി അമർത്തിക്കൊണ്ട് വികാരഭരിതനായി ഞാൻ മന്ത്രിച്ചു. എനിക്ക് അവനെ ചുംബിക്കാൻ ആഗ്രഹമുണ്ടായിരുന്നു. എങ്കിലും ഞാൻ മടിച്ചു. ഞാൻ വളരെയേറെ വികാരാധീനനായിരുന്നു. ആറ് ദിവസം മുമ്പ് ഞാൻ അവനോട് പറഞ്ഞതുപോലെ “പിരിയാം” എന്ന് ഇപ്പോൾ പറയാതിരിക്കാൻ വേണ്ടി “പിന്നെ കാണാം” എന്ന് ഞാൻ ചുരുങ്ങിയത് പത്തുതവണയെങ്കിലും മനസ്സിൽ ഉരുവിട്ടു.

അവനെ ഉമ്മവയ്ക്കണമെന്ന് ഞാൻ തീരുമാനിക്കുന്നതിന് മുമ്പുതന്നെ അവൻ ശബ്ദമുണ്ടാക്കാതെ ഇരുട്ടിൽ മറഞ്ഞുകഴിഞ്ഞു.

7

ഞാനും ഹോളിനും പുഴവക്കിലെ പാറക്കെട്ടിനോട് ചേർന്ന്, അതിന്റെ ഉന്തിനിൽക്കുന്ന വക്കിന് കീഴിലായി പതുങ്ങിയിരുന്ന് ശ്രദ്ധിച്ചു. സാവധാനം ഒരേ താളക്രമത്തിൽ മണ്ണിൽ പതിച്ചു കൊണ്ടിരുന്ന ശരത്കാലത്തെ ആ തണുത്ത ചാറ്റൽമഴ ഒരിക്കലും നിൽക്കുകയില്ലെന്ന് തോന്നി. മരവിപ്പിക്കുന്ന ഈർപ്പം പുഴയിൽ നിന്ന് ഉയർന്നുകൊണ്ടിരുന്നു.

ഞങ്ങൾ ഒറ്റയ്ക്കായിട്ട് നാലുമിനിട്ടുകൾ കഴിഞ്ഞു. കുട്ടി പോയ വഴിയിൽ നിന്ന് കാലൊച്ചകളും പതിഞ്ഞ സംസാരവും കേട്ടുതുടങ്ങി.

"ജർമ്മൻകാർ!"

ഹോളിൻ എന്റെ തോളിൽ പിടിച്ചു. എന്നാൽ അയാൾ എനിക്ക് മുന്നറിയിപ്പ് തരേണ്ട ആവശ്യമുണ്ടായിരുന്നില്ല. അതിന് മുമ്പുതന്നെ ഞാൻ എന്റെ ടോമിഗണ്ണിന്റെ സേഫ്റ്റി ക്യാച് മാറ്റിക്കഴിഞ്ഞിരുന്നു. ഒരു കൈബോംബ് കൈയിൽ മുറുക്കിപ്പിടിച്ചുകൊണ്ട് ഞാൻ നിശബ്ദനായി അനങ്ങാതെ ഇരുന്നു.

കാലൊച്ച അടുത്തടുത്തു വന്നു. ഏതാനും ആളുകളുടെ ബൂട്ടുകൾക്കിടയിൽ നിന്ന് ചെളി തെറിക്കുന്ന ശബ്ദവും കേട്ടുതുടങ്ങി. എന്റെ നാവ് വരണ്ടു. ഹൃദയം ശക്തിയായി തുടിച്ചു.

"Verfluchet Wetter! Hoh les der Teufel..."[1]

'Halte"s Maul,Otto! Links halten!!"[2]

എന്റെ മുഖത്ത് ചെളി തെറിച്ചു. അത്രയ്ക്ക് അടുത്തുകൂടിയാണ് അവർ കടന്നുപോയത്. ഒരു നിമിഷം കഴിഞ്ഞ് ഒരു വാണം മിന്നി. അതിന്റെ വെളിച്ചത്തിൽ ചാറ്റൽമഴയുടെ മൂടലിനിടയിലൂടെ അവരെ ഞാൻ കണ്ടു. അവർക്ക് നല്ല പൊക്കമുണ്ടായിരുന്നു അഥവാ മുകളിലേക്ക് നോക്കിയപ്പോൾ എനിക്കങ്ങനെ തോന്നി. തൊപ്പിക്ക് മീതെ അവർ ഹെൽമറ്റ് ധരിച്ചിരുന്നു. കാലുകളിൽ ഞാനും ഹോളിനും ധരിച്ചിരുന്നതരം

1 'നാശം! നരകപ്പിശാച്...'

2 "മിണ്ടാതിരിക്ക്, ഓട്ടോ! ഇടതുവശത്ത് തന്നെ തുടരൂ!"

ബൂട്ടുകളായിരുന്നു. അവരിൽ മൂന്നുപേർ പടുതാകൾകൊണ്ട് മൂടിപ്പുതച്ചിരുന്നു. നാലാമൻ മഴവെള്ളംകൊണ്ട് തിളങ്ങുന്ന ഒരു നീണ്ട മഴക്കോട്ടാണ് ധരിച്ചിരുന്നത്. അരയിൽ തോക്കുറയുള്ള ഒരു ബെൽറ്റിട്ട് മുറുക്കിയിരുന്നു. അവർ എല്ലാവരും തോളിൽ ടോമിഗണ്ണുകൾ തൂക്കിയിട്ടിരുന്നു.

നാലുപേരടങ്ങിയ ഒരു ജർമ്മൻ പാറാവുസംഘമായിരുന്നു അത്. ഇന്റലിജൻസ് ഫയലുകളിൽ ബോന്ദരെവ് എന്ന് പേരുള്ള പന്ത്രണ്ടുവയസ്സുകാരനായ ഇവാൻ ബൂസ്‌ലൊവ് അൽപം മുമ്പ് ആരും കാണാതെ നുഴഞ്ഞുകയറിയത് ഇവരെ കടന്നാണ്.

വാണത്തിന്റെ വെളിച്ചം തെളിഞ്ഞപ്പോൾ അവർ ഞങ്ങളുടെ പത്തുചുവടകലെയായി പുഴയിലെ വെള്ളത്തിന്റെ വക്കിലേക്ക് ഇറങ്ങാൻ ഭാവിക്കയായിരുന്നു. അവർ മണലിലേക്ക് ചാടിയിറങ്ങുന്നതിന്റേയും ഞങ്ങൾ വഞ്ചി ഒളിച്ചുവച്ചിരുന്ന കുറ്റിക്കാടിനെ ലക്ഷ്യമാക്കി നടക്കുന്നതിന്റേയും ഒച്ച ഇരുട്ടത്ത് ഞങ്ങൾ കേട്ടു.

ഹോളിനേക്കാൾ കൂടുതൽ പ്രയാസം എനിക്കായിരുന്നു. ഞാൻ ഒരു അന്വേഷകൻ ആയിരുന്നില്ല. യുദ്ധം തുടങ്ങിയ ആദ്യത്തെ മാസം മുതലേ ഞാൻ യുദ്ധം ചെയ്യുകയായിരുന്നു. തോക്കും പിടിച്ചുകൊണ്ട് നടന്നുപോകുന്ന ജീവനുള്ള ശത്രുവിനെ കാണുന്നമാത്രയിൽ ഏതൊരു പോരാളിക്കും അനുഭവപ്പെടുന്ന ഉദ്വേഗം എനിക്കും അനുഭവപ്പെട്ടു. വെടിവയ്ക്കാൻ എന്റെ കൈകൾ തരിച്ചു. അപ്പോൾ അവിടെവച്ചുതന്നെ ശത്രുവിന്റെ കഥ കഴിക്കാനുള്ള അടക്കാനാവാത്ത ആവേശം എന്നെ ബാധിച്ചു. എനിക്ക് അവരെ കൊല്ലണം, ഒരൊറ്റ വെടികൊണ്ട് അവറ്റയെ മുഴുവൻ കൊന്നൊടുക്കണം തോക്ക് അവരുടെ നേരെ തിരിക്കുമ്പോൾ എനിക്ക് ആ ഒരൊറ്റ വിചാരം മാത്രമേ ഉണ്ടായിരുന്നുള്ളൂ. എന്നാൽ ഹോളിന്റെ മസ്തിഷ്കം എനിക്കുവേണ്ടി പ്രവർത്തിച്ചു. ഇരുട്ടത്ത് എന്റെ ചലനങ്ങൾ ഊഹിച്ചറിഞ്ഞ് അയാൾ എന്റെ കൈത്തണ്ടയിൽ ഇറുക്കിപ്പിടിച്ചു. മനസ്സാന്നിദ്ധ്യം വീണ്ടെടുത്ത് ഞാൻ ഉടൻതന്നെ തോക്ക് താഴ്ത്തി.

അവരുടെ കാലൊച്ച നിലച്ചപ്പോൾ കൈ തടവിക്കൊണ്ട് ഞാൻ മന്ത്രിച്ചു: “അവർ വഞ്ചി കണ്ടുപിടിക്കും.”

ഹോളിൻ മിണ്ടിയില്ല.

“നമ്മൾ എന്തെങ്കിലും ചെയ്യണം,” തെല്ലിടകഴിഞ്ഞ് ഞാൻ ഉൽകണ്ഠാകുലനായി വീണ്ടും മന്ത്രിച്ചു. “അവർ വഞ്ചി കണ്ടുപിടിച്ചാൽ...”

“കണ്ടുപിടിച്ചാൽ!” രോഷാകുലനായ ഹോളിന്റെ നിശ്വാസം എന്റെ മുഖത്തുപതിച്ചു. എന്നെ ഞെക്കിക്കൊല്ലാൻ അയാൾ തയ്യാറാണെന്ന് എനിക്ക് തോന്നി.

“അവർ ആ കുട്ടിയെ പിടിച്ചാലോ? അവനെ ഒറ്റയ്ക്ക് ഉപേക്ഷിച്ചിട്ട് കടന്നുകളയാമെന്നാണോ താൻ വിചാരിക്കുന്നത്? താൻ പേടിത്തൊണ്ടനാണോ നീചനാണോ, അതോ വെറും വിഡ്ഢിയോ?”

“വിസ്കി” കുറച്ചുനേരം ആലോചിച്ചിട്ട് ഞാൻ മന്ത്രിച്ചു.

“ഒരുപക്ഷേ നാഡീവീക്കമുണ്ടായിരിക്കും.” ഹോളിൻ പറഞ്ഞു. “യുദ്ധം തീരുമ്പോൾ താൻ ചികിത്സിച്ച് ഭേദമാക്കണം.”

ജർമ്മൻകാർ വഞ്ചി കണ്ടുപിടിക്കുമ്പോൾ പുറപ്പെടുവിക്കുന്ന അത്ഭുതശബ്ദം കേൾക്കാൻ കാതുകൂർപ്പിച്ച് ഞാൻ ഉൽകണ്ഠാകുലനായി കാത്തിരുന്നു. ഞങ്ങളുടെ ഇടതുവശത്തായി ഒരു യന്ത്രത്തോക്ക് ശബ്ദിച്ചുതുടങ്ങി. പിന്നീട് നേരെ മുകളിലായി മറ്റൊരെണ്ണം പ്രവർത്തിച്ച് തുടങ്ങി. അതിനുശേഷം വ്യാപിച്ച നിശബ്ദതയിൽ മഴത്തുള്ളികൾ മണ്ണിൽ പതിക്കുന്ന ശബ്ദം കേൾക്കാമായിരുന്നു. ഇടവിട്ട് അവിടെയും ഇവിടെയുമായി പുഴക്കരയിൽ ഒരറ്റം മുതൽ മറ്റേയറ്റം വരെ വാണങ്ങൾ ഉയർന്നുകൊണ്ടിരുന്നു. അവ ജ്വലിക്കുകയും ചീറുകയും നിലംപതിക്കുന്നതിനുമുമ്പ് കെടുകയും ചെയ്തു.

ചീഞ്ഞളിഞ്ഞ മണം എന്തുകൊണ്ടോ കൂടുതൽ ശക്തമായിത്തീർന്നു. ഞാൻ തുപ്പുകയും മൂക്കുപൊത്തി വായിലൂടെ ശ്വസിക്കാൻ ശ്രമിക്കുകയും ചെയ്തു. എന്നാൽ അതുകൊണ്ടൊന്നും ഫലമുണ്ടായില്ല.

ഒരു സിഗററ്റ് വലിക്കാൻ ഞാൻ അതിയായി ആഗ്രഹിച്ചു. ജീവിതത്തിലൊരിക്കലും എനിക്ക് അതിനോട് ഇത്രയേറെ ആസക്തി തോന്നിയിട്ടില്ല. എന്നാൽ ഒരു സിഗററ്റെടുത്ത് വിരലുകൾക്കിടയിലിട്ട് കശക്കി മണക്കുക മാത്രമേ നിവൃത്തിയുണ്ടായിരുന്നുള്ളൂ.

ഞങ്ങൾ നനഞ്ഞുകുതിർന്നു. തണുപ്പുകൊണ്ട് ദേഹമാകെ വിറച്ചുതുടങ്ങി. മഴ തോരുന്ന യാതൊരു ലക്ഷണവും കണ്ടില്ല.

“ആ നശിച്ച മലയിടുക്കിൽ കളിമണ്ണാണ്,” പെട്ടെന്ന് ഹോളിൻ പറഞ്ഞു. “മഴ ശക്തിയായി പെയ്തിരുന്നെങ്കിൽ കാൽപ്പാടുകൾ മാഞ്ഞുപോയേനെ.”

ഹോളിന്റെ മനസ്സ് എപ്പോഴും ആ കുട്ടിയുടെ അടുത്തായിരുന്നു. കാൽപ്പാടുകൾ പതിഞ്ഞുകിടക്കാൻ എളുപ്പമുള്ളതായതിനാൽ മലയിടുക്കിലെ കളിമണ്ണ് അയാൾക്ക് വളരെയേറെ മനക്ലേശമുണ്ടാക്കി. അതിന് തക്കതായ കാരണമുണ്ടെന്ന് എനിക്ക് അറിയാമായിരുന്നു. പുഴക്കരയിൽ തുടങ്ങി മുന്നണിനിരകൾ കടന്ന് അപ്പുറത്തെത്തുന്ന കൊച്ചുകാൽപ്പാടുകൾ മണ്ണിൽ പതിഞ്ഞുകിടക്കുന്നത് കണ്ടാൽ ജർമ്മൻകാർ തീർച്ചയായും ഇവാനെ പിടികൂടും. ഒരുപക്ഷേ പട്ടികളെ വിട്ട് പിടിപ്പിക്കുകയായിരിക്കും. മനുഷ്യരെ വേട്ടയാടാൻ പ്രത്യേക പരിശീലനം ലഭിച്ചിട്ടുള്ള വേട്ടനായ്ക്കൾ അവർക്കുണ്ട്.

ഞാൻ സിഗററ്റ് വായിലിട്ട് ചവച്ചുതുടങ്ങി. അത് സുഖകരമായ ഒരു അനുഭവമായിരുന്നില്ലെങ്കിലും ഞാൻ ചവച്ചുകൊണ്ടേയിരുന്നു. ഹോളിൻ ആ ശബ്ദം കേട്ടിരിക്കണം. അയാൾ ചോദിച്ചു:

"താൻ എന്ത് ചെയ്യുകയാണ്?"

"എനിക്ക് പുകവലിക്കാൻ ധൃതിയായി" ഞാൻ പറഞ്ഞു.

"അമ്മയെ കാണാൻ ധൃതിയായില്ലേ?" ഹോളിൻ പരിഹാസരസം തൊടുത്തുവിട്ടു. "അമ്മയുടെ അടുത്തേക്ക് പോയാലെന്താ? രസമായിരിക്കും, ഇല്ലേ?"

ഞങ്ങൾ നനഞ്ഞൊലിച്ച് തണുത്തുവിറച്ച് ഏകദേശം ഇരുപത് മിനിറ്റുകൂടി കാത്തിരുന്നു. എന്റെ ഷർട്ട് ഒരു കഷ്ണം ഐസുപോലെ എന്റെ പുറത്ത് ഒട്ടിപ്പിടിച്ചു. മഴ ക്രമേണ മഞ്ഞായി മാറി. നനവാർന്ന മൃദുലമായ ഹിമതുലങ്ങൾ ഒരു വെളുത്ത ആവരണംകൊണ്ട് മണൽപരപ്പിനെ മൂടി. അത് മടിച്ചുമടിച്ചാണ് ഉരുകിയത്.

"ശരി, അവൻ അപ്പുറം കടന്നെന്ന് തോന്നുന്നു" ആശ്വാസപൂർവം പിറുപിറുത്തുകൊണ്ട് ഹോളിൻ എണീറ്റു.

ഉന്തിനിൽക്കുന്ന പാറക്കെട്ടിന്റെ ഓരംചേർന്ന് കുനിഞ്ഞ് കുനിഞ്ഞ് ഞങ്ങൾ വഞ്ചിയുടെ അടുത്തേക്ക് നടന്നു. പലതവണ ഞങ്ങൾ നിന്ന് ചെവി വട്ടംപിടിച്ചു.

ജർമ്മൻകാർ വഞ്ചി കണ്ടുപിടിച്ചെന്നും അവർ കുറ്റിക്കാട്ടിൽ ഞങ്ങളേയും കാത്ത് ഒളിച്ചിരിക്കയാണെന്നും ഞാൻ ഏതാണ്ട് തീർച്ചപ്പെടുത്തി. എന്നാൽ ഹോളിന്റെ പരിഹാസം ഭയന്ന് ഞാൻ അത് പുറത്തുപറഞ്ഞില്ല.

ഞങ്ങൾ പുഴക്കരയിലൂടെ ഇഴഞ്ഞുനീങ്ങി നമ്മുടെ അന്വേഷണ സംഘക്കാരുടെ ജഡങ്ങൾ കിടക്കുന്നിടംവരെ എത്തി. അവിടുന്ന് അഞ്ച് ചുവടകലെ എത്തുന്നതിന് മുമ്പ് ഹോളിൻ നടപ്പ് നിർത്തി. എന്റെ കൈയിൽ പിടിച്ചുവലിച്ചുകൊണ്ട് അയാൾ ചെവിയിൽ മന്ത്രിച്ചു:

"താൻ ഇവിടെ നിൽക്ക്. ഞാൻ പോയി വഞ്ചി കൊണ്ടുവരാം. രണ്ടുപേരും ഒരുമിച്ച് അപകടത്തിൽ ചെന്ന് ചാടണ്ട. ഞാൻ വരുന്ന ശബ്ദം കേട്ടാൽ ജർമ്മൻഭാഷയിൽ താൻ നിൽക്കാൻ വിളിച്ചുപറയണം വളരെ പതിഞ്ഞ ശബ്ദത്തിൽ. ഞാൻ കുഴപ്പത്തിൽ ചാടിയാൽ തീർച്ചയായും വലിയ ഒച്ചപ്പാടും ബഹളവും ഉണ്ടാകും. അങ്ങനെയാണെങ്കിൽ ഉടൻ താൻ പുഴ നീന്തി അക്കര കടക്കണം. എന്തായാലും ഒരു മണിക്കൂറിനുള്ളിൽ ഞാൻ മടങ്ങിവരുന്നില്ലെങ്കിൽ താൻ തീർച്ചയായും പുഴ നീന്തിക്കടക്കണം. തനിക്ക് അഞ്ചുതവണ അക്കരെയിക്കരെ നീന്താൻ കഴിയുമല്ലോ, ഇല്ലേ?"

"കഴിയും" ഞാൻ വിറയ്ക്കുന്ന ശബ്ദത്തിൽ ഉറപ്പുകൊടുത്തു. "പക്ഷേ നിങ്ങൾക്ക് പരിക്ക് പറ്റിയാലോ?"

"അത് താൻ അന്വേഷിക്കേണ്ട. പറഞ്ഞതുപോലെ ചെയ്താൽ മതി."

“കരയിലൂടെ പോകാതെ നീന്തി വഞ്ചിയുടെ അടുത്തെത്തുന്നതല്ലേ കൂടുതൽ നല്ലത്?” ഞാൻ അഭിപ്രായപ്പെട്ടു. “ഞാൻ പോകാം.”

“ഞാൻ അങ്ങനെ ചെയ്യാനാണ് ഉദ്ദേശിക്കുന്നത്. പക്ഷേ എന്തെങ്കിലും കുഴപ്പമുണ്ടായാൽ താൻവന്ന് ഇടയ്ക്ക് കയറണ്ട! തനിക്ക് വല്ലതും പറ്റിയാൽ നമുക്ക് കടുത്ത ശിക്ഷ കിട്ടും. പിടികിട്ടിയോ?”

“ശരി, പക്ഷേ....”

“ഒരു ‘പക്ഷേ”യും വേണ്ട. താൻ ഒരു മിടുക്കനാണ്, ഗാൽത്സെവ്. പക്ഷേ ഒരു നാഡിവീക്കക്കാരനാണെന്ന് ഓർക്കണം. ഞങ്ങളുടെ ജോലിക്ക് അത് തീരെ പറ്റില്ല.”

അയാൾ ഇരുട്ടിൽ അപ്രത്യക്ഷനായി. ഞാൻ എത്രനേരം കാത്തിരുന്നെന്ന് എനിക്ക് നിശ്ചയമില്ല. ഒരിക്കലും ആ കാത്തിരിപ്പ് അവസാനിക്കയില്ലെന്ന് തോന്നി. ഞാൻ തണുപ്പുകൊണ്ട് ആകെ മരവിച്ചു. വാച്ച് നോക്കി സമയം അറിയാം എന്ന കാര്യംപോലും പരിഭ്രമംമൂലം എനിക്ക് ഓർക്കാൻ കഴിഞ്ഞില്ല. അൽപംപോലും ശബ്ദമുണ്ടാക്കാതെ ഞാൻ ദേഹം ചൂടാക്കാൻ വേണ്ടി കൈകാലുകൾ മടക്കുകയും നിവർത്തുകയും ചെയ്തുതുടങ്ങി. ഇടയ്ക്കിടെ ഞാൻ അനങ്ങാതെ നിന്ന് കാതോർക്കും.

ഒടുവിൽ വഞ്ചി തുഴയുന്ന പതിഞ്ഞശബ്ദം ഞാൻ കേട്ടു. കൈകൾ കൊണ്ട് വായുടെ ഇരുവശവും മറച്ചുപിടിച്ച് ഞാൻ ജർമ്മനിൽ മന്ത്രിച്ചു: “ഹാൾട്ട്! ഹാൾട്ട്!”

“മിണ്ടാതിരിക്കു! ഇവിടെ വരു!”

വളരെ സൂക്ഷിച്ച് ഞാൻ ഏതാനും ചുവടുകൾ മുന്നോട്ടുവച്ചു. തണുത്തവെള്ളം എന്റെ ബൂട്ടുകൾക്കുള്ളിൽ കയറി ഐസുപോലെ എന്റെ കാലുകളെ പൊതിഞ്ഞു.

“മലയിടുക്ക് ശാന്തമാണോ?” എന്നാണ് ഹോളിൻ ആദ്യം അന്വേഷിച്ചത്.

“അതെ.”

“താൻ പരിഭ്രമിച്ചത് വെറുതെയാണെന്ന് ഇപ്പോൾ മനസ്സിലായില്ലേ?” ഹോളിൻ സന്തുഷ്ടനായി എന്റെ ചെവിയിൽ പറഞ്ഞു. “വേഗം അമരത്ത് കയറി ഇരിക്കു.”

എന്റെ കൈയിൽ നിന്ന് തോക്ക് വലിച്ചെടുത്തുകൊണ്ട് അയാൾ കൽപ്പിച്ചു. ഞാൻ കയറിയിരുന്ന ഉടൻ തന്നെ അയാൾ ഒഴുക്കിനെതിരായി വഞ്ചി തുഴഞ്ഞ് തുടങ്ങി.

ഇരുന്നശേഷം ഞാൻ ബൂട്ടുകൾ വലിച്ചൂരി വെള്ളം പുറത്തുകളഞ്ഞു. മഞ്ഞ് ശക്തിയായി പെയ്തുതുടങ്ങി. വലിയ ഹിമതുലങ്ങൾ ജലപ്പരപ്പിൽ വീണ് അപ്പോൾതന്നെ ഉരുകിക്കൊണ്ടിരുന്നു. ഇടത്തേക്കരയിൽ നിന്ന് വീണ്ടും ട്രേയ്സർബുള്ളറ്റുകൾ ഉയർന്നു. അത് നേരെ

തലയ്ക്കുമുകളിലൂടെയാണ് കടന്നുപോയത്. ഞങ്ങൾ വഞ്ചി തിരിക്കുകയാണ് വേണ്ടിയിരുന്നത്, എന്നാൽ ഹോളിൻ ഒഴുക്കിനെതിരെതന്നെ തുഴഞ്ഞുകൊണ്ടിരുന്നു.

"എങ്ങോട്ടാണ് പോകുന്നത്?" ഞാൻ ചോദിച്ചു.

അയാൾ ഉത്തരമൊന്നും പറയാതെ കൂടുതൽ വേഗത്തിൽ തുഴഞ്ഞു തുടങ്ങി. ഞാൻ ചോദ്യം ആവർത്തിച്ചു. ഒരു പരന്ന ഫ്ലാസ്ക് എന്റെ നേരെ നീട്ടിക്കൊണ്ട് ഹോളിൻ പറഞ്ഞു: "ഇത് കുറച്ച് കുടിച്ചോളൂ."

മരവിച്ച വിരലുകൾകൊണ്ട് വളരെ പ്രയാസപ്പെട്ട് ഞാൻ കോർക്കൂരി ഒരിറക്ക് വോഡ്ക കുടിച്ചു. എന്റെ തൊണ്ടയിൽ സുഖകരമായ ഒരു എരിച്ചിൽ അനുഭവപ്പെട്ടു. ഉള്ളിലാകെ ചൂട് തോന്നിയെങ്കിലും അപ്പോഴും ഞാൻ വിറച്ചുകൊണ്ടിരുന്നു.

"ഊറ്റിക്കുടിച്ചോളൂ!" മെല്ലെ തുഴകൾ ചലിപ്പിച്ചുകൊണ്ട് ഹോളിൻ മന്ത്രിച്ചു.

"നിങ്ങൾക്ക് വേണ്ടേ?"

"തിരിച്ച് സങ്കേതത്തിലെത്തിയിട്ടുമതി. താൻ എന്നെ സൽക്കരിക്കുമെന്ന് വിശ്വസിക്കുന്നു."

ഞാൻ ഒരിറക്കുകൂടി കുടിച്ചു. ഫ്ലാസ്ക്കിൽ ഇനി ഒട്ടും ബാക്കിയില്ലെന്ന് മനസ്സിലായപ്പോൾ നിരാശയോടെ അത് പോക്കറ്റിലിട്ടു.

"അവൻ ഇതിനകം കടന്നുപോയിട്ടില്ലെങ്കിലോ?" ഹോളിൻ പെട്ടെന്ന് പറഞ്ഞു. "അവൻ അവിടെ കാത്തിരിക്കുകയാണെന്നുവരാം. ഞാൻ അവനൊടൊപ്പം പോയിരുന്നെങ്കിൽ എത്ര നന്നായിരുന്നു!"

ഞങ്ങൾ തിരിച്ചുപോകാത്തതിന്റെ കാരണം എനിക്ക് അപ്പോൾ മനസ്സിലായി. "എന്തെങ്കിലും സംഭവിച്ചാൽ" വീണ്ടും ശത്രുവിന്റെ കരയിലിറങ്ങി കുട്ടിയുടെ രക്ഷക്കെത്താൻവേണ്ടി ഞങ്ങൾ മലയിടുക്കിന്റെ നേരെ മുമ്പിലായി പുഴയിൽ ചുറ്റിപ്പറ്റി നിൽക്കുകയായിരുന്നു. ശത്രുവിന്റെ യന്ത്രത്തോക്കിൽ നിന്നുള്ള വെടിയുണ്ടകൾ കൃത്യമായ ഇടവേളകളിൽ ഇരുട്ടിലൂടെ ചീറിവന്ന് പുഴയിൽ പതിച്ചുകൊണ്ടിരുന്നു. വഞ്ചിയുടെ തൊട്ടടുത്തായി വെള്ളത്തിൽ വെടിയുണ്ടകൾ പതിക്കുന്ന ശബ്ദമുയരുമ്പോഴെല്ലാം എന്റെ രോമങ്ങൾ എഴുന്നുനിന്നു. ആ നനഞ്ഞ മഞ്ഞിന്റെ മൂടലിനിടയിലൂടെ ഞങ്ങളെ ആർക്കെങ്കിലും കണ്ടുപിടിക്കാൻ കഴിയുമായിരുന്നില്ല. എങ്കിൽപോലും കിടങ്ങിൽ ഇറങ്ങി നിൽക്കാനോ മറ്റെന്തിന്റെയെങ്കിലും മറയിൽ ഒളിക്കാനോ മാർഗമില്ലാത്ത തുറന്ന ജലപ്പരപ്പിൽ വച്ച് ശത്രുവിന്റെ വെടിയുണ്ടകളുടെ മുമ്പിൽ നിൽക്കുക എന്നുള്ളത് തികച്ചും അസുഖകരമായ അനുഭവമായിരുന്നു. ഹോളിൻ എന്നെ സമാധാനിപ്പിക്കാനായി മന്ത്രിച്ചു.

“ഇത്തരം തലതിരിഞ്ഞ വെടിയുണ്ടകൾ ഭീരുക്കളേയും വിഡ്ഢികളേയും മാത്രമേ സ്പർശിക്കുകയുള്ളൂ. മനസ്സിലായോ!”

കതസോനൊവ് ഭീരുവോ വിഡ്ഢിയോ ആയിരുന്നില്ലെന്ന് എനിക്ക് തീർച്ചയുണ്ടായിരുന്നു. പക്ഷേ ഞാൻ ഒന്നും മിണ്ടിയില്ല.

“തന്റെ ആ മെഡിക്കൽ ഓഫീസർ തേൻകനിയാണ്!” എന്റെ ശ്രദ്ധതിരിക്കാൻ വേണ്ടി ഹോളിൻ പറഞ്ഞു.

“മോ-മോശ-മില്ല,” കൂട്ടിയടിക്കുന്ന പല്ലുകൾക്കിടയിലൂടെ ഞാൻ പറഞ്ഞു. എന്നാൽ ആ സമയത്ത് എനിക്ക് അവളെപ്പറ്റി ചിന്തിക്കാനേ കഴിഞ്ഞില്ല. ഞാൻ ചിന്തിച്ചിരുന്നത് ചികിത്സാകേന്ദ്രത്തിലെ ചൂടുള്ള ഭൂഗർഭഅറയെപ്പറ്റിയും അവിടുത്തെ അടുപ്പിനെപ്പറ്റിയുമായിരുന്നു. ഭംഗിയുള്ള ഇരുമ്പടുപ്പ്!

സുരക്ഷിതത്വവും ചൂടും വാഗ്ദാനം ചെയ്യുന്ന ഇടത്തേക്കരയിൽ നിന്ന് മൂന്നുപ്രാവശ്യംകൂടി ട്രേയ്സർബുള്ളറ്റുകൾ ഉയർന്നു. തിരിച്ചുചെല്ലാൻ അവർ ഞങ്ങൾക്ക് സൂചന നൽകുകയായിരുന്നു. എന്നാൽ ഞങ്ങൾ വലത്തേക്കരയുടെ സമീപത്തുതന്നെ കുറച്ചുനേരം കൂടി തങ്ങി.

“അവൻ കടന്നുപോയിട്ടുണ്ടാവണം” ഒടുവിൽ ഹോളിൻ പറഞ്ഞു. അയാൾ ശക്തിയായി തുഴഞ്ഞ് വഞ്ചി തിരിച്ചു.

ആ ഇരുട്ടത്തും അസാമാന്യ പാടവത്തോടെ അയാൾ ദിക്നിർണയം ചെയ്യുകയും ശരിയായ ദിശയിലേക്ക് വഞ്ചി തുഴയുകയും ചെയ്തു.

എന്റെ ബറ്റാലിയന്റെ വലതുപാർശ്വത്തിലെ യന്ത്രത്തോക്ക് സ്ഥാപിച്ചിട്ടുള്ള വലിയ കിടങ്ങിന്റെ സമീപത്ത് ഞങ്ങൾ എത്തി. പാറാവുകാരുടെ കമാണ്ടർക്ക് അവിടെ കാത്തിരിക്കാനാണ് ഞങ്ങൾ കൽപ്പന കൊടുത്തിരുന്നത്.

അവർ ഞങ്ങളെ കാത്തിരിക്കുകയായിരുന്നു. പതുക്കെയെങ്കിലും ആജ്ഞാസ്വരത്തിൽ അവർ ഞങ്ങളെ വെല്ലുവിളിച്ചു: “നിൽക്കൂ! ആരാണത്?” ഞാൻ അടയാള വാചകം പറഞ്ഞു. എന്റെ ശബ്ദം അവർ ഉടൻ തന്നെ തിരിച്ചറിഞ്ഞു. ഞങ്ങൾ കരയ്ക്കിറങ്ങി.

ഞാൻ ആകെ പരവശനായിരുന്നു. ഒരു ഗ്ലാസ് വോഡ്ക മുഴുവൻ അകത്താക്കിയിട്ടും എന്റെ ദേഹമാകെ വിറച്ചുകൊണ്ടിരുന്നു. മരവിച്ച കാലുകൾ മുന്നോട്ടുവയ്ക്കാൻ ഞാൻ വളരെ പ്രയാസപ്പെട്ടു. എന്റെ പല്ലുകൾ കൂട്ടിയടിക്കാതിരിക്കാൻ പാടുപെട്ടുകൊണ്ട്, വഞ്ചി കരയ്ക്ക് കയറ്റി ഒളിച്ചുവയ്ക്കാൻ ഞാൻ കൽപ്പന കൊടുത്തു. സ്ക്വാഡ് കമാണ്ടർ സാർജന്റ് സൂയെവിന്റെ അകമ്പടിയോടെ ഞങ്ങൾ പുഴക്കരയിലൂടെ നടന്നു. എനിക്ക് വളരെ ഇഷ്ടമുള്ള, ഉല്ലാസപ്രിയനും അതേസമയംതന്നെ ധീരനുമായ ഒരു മനുഷ്യനായിരുന്നു സൂയെവ്. അയാളാണ് മുമ്പിൽ നടന്നത്.

"സഖാവ് സീനിയർ ലെഫ്റ്റനന്റ്, തടവുകാരൻ എവിടെ?" പെട്ടെന്ന് അയാൾ ചോദിച്ചു.

"ഏത് തടവുകാരൻ?"

'താങ്കൾ ഒരു തടവുകാരനെ പിടിക്കാൻ പോയതാണെന്ന് പറയുന്നത് കേട്ടു."

എന്റെ പിന്നിലായി നടന്നിരുന്ന ഹോളിൻ എന്നെ തള്ളിമാറ്റിയിട്ട് സൂയെവിന്റെ ഒപ്പമെത്തി.

"താൻ നാവ് തടവിലിടുന്നതാണ് നല്ലത്. മനസ്സിലായോ?" ഹോളിൻ ഭീഷണിപ്പെടുത്തുന്ന സ്വരത്തിൽ പറഞ്ഞു. അയാൾ സൂയെവിന്റെ തോളിൽ അള്ളിപ്പിടിക്കുകയോ കോളറിൽ പിടിച്ച് വലിക്കുകയോ ചെയ്തെന്ന് പോലും എനിക്ക് തോന്നി. ഹോളിൻ മുൻശുണ്ഠിക്കാരനും പരുക്കനുമാണ്. അയാൾ അതുചെയ്യാൻ മടിക്കില്ല.

"നാവ് വായ്ക്കുള്ളിൽ തളച്ചിടുന്നതാണ് തനിക്ക് നല്ലത്!" ഹോളിൻ വീണ്ടും ഭീഷണിപ്പെടുത്തി.

"താൻ ചൗക്കയിലേക്ക് തിരിച്ചുപൊയ്ക്കോളൂ!"

സൂയെവ് തിരിച്ച് നടന്നു. അയാൾ അൽപം അകലെയെത്തിയപ്പോൾ അയാൾക്കുടി കേൾക്കത്തക്കവണ്ണം ഉറക്കെ ഹോളിൻ എന്നോട് പറഞ്ഞു: "ഗാൽത്സെവ്, തന്റെ ബറ്റാലിയനിൽ വായാടികൾ കുറെ കൂടുതലാണ്. നമ്മുടെ ജോലിക്ക് പറ്റിയതല്ല അത്."

പിന്നീട് അയാൾ എന്റെ കൈത്തണ്ടയിൽ പിടിച്ച് സ്നേഹപൂർവം അമർത്തിക്കൊണ്ട് എന്നെ കളിയാക്കുന്ന മട്ടിൽ മന്ത്രിച്ചു:

"താനും മോശക്കാരനല്ല! ബറ്റാലിയനെ ഉപേക്ഷിച്ചിട്ട് ഒരു തടവുകാരനെ പിടിക്കാൻ അക്കരയ്ക്ക് പോയ വിരുതൻ!"

***

സങ്കേതത്തിൽ എത്തിയ ഉടൻ ഞങ്ങൾ അടുപ്പ് ആളിക്കത്തിച്ചിട്ട് വസ്ത്രങ്ങൾ അഴിച്ചുമാറ്റി. ടൗവ്വലുകൾകൊണ്ട് ദേഹം അമർത്തി തുടച്ചു. ഉണങ്ങിയ അടിയുടുപ്പുകൾ ധരിക്കുകയും കോട്ടുകൊണ്ട് ചുമലുകൾ മറയ്ക്കുകയും ചെയ്തിട്ട് ഹോളിൻ മേശയ്ക്കടുത്ത് ചെന്നിരുന്ന് ഭൂപടം നിവർത്തി നോക്കി. സങ്കേതത്തിൽ എത്തിയ നിമിഷം മുതൽ അയാളുടെ ഉത്സാഹമെല്ലാം ചോർന്നുപോയതായി എനിക്ക് തോന്നി. അയാൾ പരിക്ഷീണനും ദുഃഖിതനുമായി കാണപ്പെട്ടു.

ഞാൻ ഭക്ഷണ സാധനങ്ങൾ മേശപ്പുറത്ത് എടുത്തുവച്ചു. ഒരു ടിന്ന് മാംസം, കുറെ പന്നിക്കൊഴുപ്പ്, ഉപ്പിലിട്ട വെള്ളരിക്ക, റൊട്ടി, തൈര് ഒരു ഫ്ലാസ്ക് വോഡ്ക.

"അവൻ ഇപ്പോൾ എവിടെയായിരിക്കും?" പെട്ടെന്ന് എണീറ്റുനിന്നുകൊണ്ട് ഹോളിൻ പറഞ്ഞു. "എന്താണ് സംഭവിച്ചിരിക്കുന്നതെന്ന് എനിക്ക് തീരെ മനസ്സിലാകുന്നില്ല!"

"എന്താണ്, എന്തുപറ്റി?"

"മറുകരയിലെ ആ പാറാവുസംഘം അരമണിക്കൂർ കഴിഞ്ഞാണ് കടന്നുപോകേണ്ടിയിരുന്നത്. മനസ്സിലായോ? അതിന്റെ അർത്ഥം ഒന്നുകിൽ ജർമ്മൻകാർ അവരുടെ പാറാവുചൗക്കകളുടെ ചിട്ട മാറ്റിയിട്ടുണ്ട് അല്ലെങ്കിൽ നമ്മൾക്ക് എന്തോ അബദ്ധം പിണഞ്ഞിട്ടുണ്ട് എന്നാണ്. രണ്ടായാലും കുട്ടിയുടെ ജീവനാണ് അപകടത്തിലാകുന്നത്. എവിടെയാണ് തെറ്റുപറ്റിയതെന്ന് എനിക്ക് മനസ്സിലാകുന്നില്ല, എല്ലാം മിനിറ്റുവച്ച് നമ്മൾ കണക്കുകൂട്ടിയതാണ്."

"പക്ഷേ അവൻ കടന്നുപോയല്ലോ. നമ്മൾ ഏതാണ്ട് ഒരു മണിക്കൂറോളം അവിടെ കാത്തുനിന്നു എന്നിട്ട് യാതൊരു ബഹളവും കേട്ടില്ല."

"എവിടം കടന്നുപോയെന്നാണ് താൻ പറയുന്നത്?" ഹോളിൻ ഈർഷ്യയോടെ ചോദിച്ചു. "ആ ബാലന് അമ്പത് കിലോമീറ്റർ സഞ്ചരിക്കാനുണ്ടെന്ന് തനിക്കറിയാമോ? അതിൽ ഇരുപത് കിലോമീറ്റർ ദൂരം അവൻ നേരംവെളുക്കുന്നതിന് മുമ്പ് തരണം ചെയ്തിരിക്കണം. ഒരോ ചുവടുവയ്ക്കുമ്പോഴും ജർമ്മൻകാർ അവനെ കണ്ടുമുട്ടാൻ സാദ്ധ്യതയുണ്ട്. എന്തെല്ലാം അപകടസാദ്ധ്യതകൾ വഴിയിൽ പതിയിരിക്കുന്നു! പക്ഷേ, ഇതൊക്കെ പറയുന്നതുകൊണ്ട് എന്താണ് പ്രയോജനം! വരൂ, നമുക്ക് വല്ലതും കഴിക്കാം." അയാൾ ഭൂപടം മാറ്റിവച്ചു.

ഞാൻ രണ്ട് മഗ്ഗുകളിൽ വോഡ്ക പകർന്നു.

"കൂട്ടിമുട്ടിക്കാൻ പാടില്ല," ഒരു മഗ്ഗ് കൈയിലെടുത്തുകൊണ്ട് ഹോളിൻ എനിക്ക് മുന്നറിയിപ്പ് തന്നു.

"പാവം, കതസോനൊവ്!" ഹോളിൻ നെടുവീർപ്പിട്ടുകൊണ്ട് ഇടറിയ സ്വരത്തിൽ തുടർന്നു.

"തനിക്ക് അയാൾ ആരുമല്ല! പക്ഷേ എന്റെ ജീവൻ രക്ഷിച്ചത് അയാളാണ്."

അയാൾ വോഡ്ക മുഴുവൻ ഒറ്റവലിക്ക് കുടിച്ച് തീർത്തു. ഒരു കഷ്ണം റൊട്ടിയെടുത്ത് മണപ്പിച്ചുകൊണ്ട് അയാൾ ആവശ്യപ്പെട്ടു. "കുറച്ചുകൂടി ഒഴിക്കൂ!"

ഞാൻ എന്റെ മഗ്ഗ് കാലിയാക്കിയിട്ട് വീണ്ടും രണ്ടിലും മദ്യം പകർന്നു, ഹോളിന്റെ മഗ്ഗിൽ നിറച്ചും എന്റെ മഗ്ഗിൽ കുറച്ചും. ഹോളിൻ തന്റെ മഗ്ഗുമായി പലകത്തട്ടിനടുത്തേക്ക് നടന്നു. ബാലന്റെ സാധനങ്ങൾ അടങ്ങിയ സ്യൂട്ട്കെയ്സ് അതിന്റെ പുറത്തുണ്ടായിരുന്നു. അതിൽ ഉറ്റുനോക്കിക്കൊണ്ട് ഹോളിൻ മെല്ലെ പറഞ്ഞു:

"നീ തിരിച്ചുവരാനും പിന്നീട് ഒരിക്കലും പോകാതിരിക്കാനും വേണ്ടി! നിന്റെ ഭാവിക്ക് വേണ്ടി!"

ഞങ്ങൾ മഗ്ഗുകൾ കാലിയാക്കിയിട്ട് തിന്നാനിരുന്നു. ഞങ്ങൾ ഇരുവരും അപ്പോൾ ബാലനെപ്പറ്റിയായിരുന്നു ചിന്തിച്ചുകൊണ്ടിരുന്നത്. അടുപ്പിന്റെ വശങ്ങൾ ചുട്ടുപഴുത്തു. ഞങ്ങൾ തിരിച്ചുവന്ന് ചൂടുള്ള സുരക്ഷിതമായ ഈ സങ്കേതത്തിൽ ഇരിക്കുകയാണ്. പക്ഷേ ആ ബാലനോ? അവൻ മരണത്തെ മുന്നിൽ കണ്ടുകൊണ്ട് മഞ്ഞിലും ചെളിയിലുംകൂടെ ഇഴഞ്ഞ് ശത്രുനിരകൾ കടക്കുകയാണ്.

എനിക്ക് ഒരിക്കലും കുട്ടികളോട് പ്രത്യേകിച്ച് ഇഷ്ടം ഉണ്ടായിരുന്നില്ല. എന്നാൽ ജീവിതത്തിൽ രണ്ടുതവണ മാത്രം കണ്ടിട്ടുള്ള ആ ബാലനോട് എനിക്ക് ഒരു പ്രത്യേക അടുപ്പം തോന്നി. അവനെപ്പറ്റി ഓർക്കുമ്പോഴെല്ലാം എന്റെ ഹൃദയം പിടഞ്ഞു.

ഞാൻ പിന്നീട് കുടിച്ചില്ല. എന്നാൽ ഹോളിൻ നിശബ്ദനായി മൂന്നാമത്തും മഗ്ഗ് കാലിയാക്കി, മദ്യം അയാളുടെ തലയ്ക്ക് പിടിച്ചു. അയാൾ മുഖം വീർപ്പിച്ചിരുന്നുകൊണ്ട് ചോരനിറമായ കണ്ണുകളാൽ എന്നെ വിഷാദപൂർവം നോക്കി.

"താൻ യുദ്ധം ചെയ്ത് തുടങ്ങിയിട്ട് രണ്ടുവർഷമായെന്നല്ലേ പറഞ്ഞത്." ഒരു സിഗററ്റ് കത്തിച്ചുകൊണ്ട് അയാൾ പറഞ്ഞു. "ഞാനും രണ്ട് കൊല്ലമായി യുദ്ധരംഗത്താണ്. പക്ഷേ നമ്മൾ രണ്ടുപേരും ഇവാനെപ്പോലെ മരണത്തിന്റെ മുഖത്ത് തുറിച്ചുനോക്കിയിട്ടില്ല! തന്റെ പിന്നിൽ ഒരു ബറ്റാലിയനുണ്ട്, ഒരു റജിമെന്റുണ്ട്, ഒരു സൈന്യം മുഴുവൻ ഉണ്ട്. എന്നാൽ അവൻ ഒറ്റയ്ക്കാണ്!" ഹോളിൻ രോഷാകുലനായി അലറുകയായിരുന്നു. "ഒരു കൊച്ചുകുട്ടി! എന്നിട്ടും ആ പീറക്കത്തി അവൻ ചോദിച്ചപ്പോൾ താൻ പിശുക്ക് കാണിച്ചു!"

8

"വിശുക്ക് കാണിച്ചു!" ഇല്ല, ആ കത്തി ആർക്കും കൊടുക്കാൻ എനിക്ക് അവകാശമില്ലായിരുന്നു. അത് എന്റെ മരിച്ചുപോയ സ്നേഹിതന്റെ ഓർമ്മക്കായി സൂക്ഷിച്ചുവയ്ക്കാൻ ഞാൻ ബാദ്ധ്യസ്ഥനായിരുന്നു.

എന്നാൽ ഞാൻ എന്റെ വാഗ്ദാനം മറന്നില്ല. ഉറലിലെ വ്യവസായമേഖലയിൽ നിന്ന് വന്ന ഒരു ഫിറ്റർ ഞങ്ങളുടെ ഡിവിഷന്റെ ആയുധശാലയിൽ ജോലി ചെയ്യുന്നുണ്ടായിരുന്നു. നല്ല കരവിരുതുള്ള ഒരു പ്രായമായ മനുഷ്യൻ. കഴിഞ്ഞ വസന്തത്തിൽ അയാളാണ് കോസ്ത്യയുടെ കത്തിക്ക് പിടിയുണ്ടാക്കിക്കൊടുത്തത്. ഒരു പുതിയ കത്തി അയാളെ ഏൽപ്പിച്ചിട്ട് അത്തരംതന്നെ ഒരു പിടി അതിന് ഉണ്ടാക്കിത്തരാൻ ഞാൻ അയാളോട് ആവശ്യപ്പെട്ടു. അതിനുവേണ്ടി ഞാൻ ഡ്രില്ലുകളും ഉളികളും കൊടിലുകളുമടങ്ങുന്ന ഒരു ജർമ്മൻ ആയുധപ്പെട്ടി അയാൾക്ക് സമ്മാനിക്കുകയും ചെയ്തു. അതെനിക്ക് യുദ്ധരംഗത്ത് നിന്ന് കിട്ടിയതാണ്. എനിക്ക് അതാവശ്യമുണ്ടായിരുന്നില്ല. അയാൾക്കാണെങ്കിൽ അതു കിട്ടിയപ്പോൾ ബഹുസന്തോഷവുമായി.

അയാൾ ആ പിടി വളരെ ഭംഗിയായി ഉണ്ടാക്കി. കോസ്ത്യയുടെ കത്തിയിൽ നിന്ന് ഇപ്പോൾ അതിനുണ്ടായിരുന്ന ഒരേയൊരു വ്യത്യാസം കെ.എച്ച്. എന്ന് കൊത്തിവച്ചിരുന്നില്ല എന്നതും വായ്ത്തല ഒട്ടും മടങ്ങിയിട്ടില്ല എന്നതുമായിരുന്നു. ഇത്ര ഭംഗിയുള്ള പിടിയോടുകൂടിയ ഒരു അസ്സൽ കത്തി കിട്ടുമ്പോൾ ഇവാൻ സന്തോഷംകൊണ്ട് തുള്ളിച്ചാടുമെന്ന് എനിക്കറിയാമായിരുന്നു. ഞാൻതന്നെ കൗമാരം കടന്നിട്ട് അധികകാലമായിരുന്നില്ലല്ലോ.

ഹോളിനെയോ ലെഫ്റ്റനന്റ് കേണൽ ഗ്ര്യാസ്നോവിനെയോ കാണുമ്പോൾ ഏൽപ്പിക്കണം എന്ന ഉദ്ദേശത്തോടെ ഞാൻ കത്തി എന്റെ ബെൽറ്റിൽ തിരുകി. ഇവാനെ ഞാൻ നേരിട്ടുകാണാനുള്ള സാദ്ധ്യത വിരളമാണെന്ന് എനിക്കറിയാമായിരുന്നു. അവനെപ്പറ്റി ചിന്തിക്കുമ്പോഴൊക്കെ ഞാൻ അത്ഭുതപ്പെടാറുണ്ട്.

തിരക്കേറിയ ദിവസങ്ങളായിരുന്നു അവ. ഞങ്ങളുടെ സൈനിക ഡിവിഷനുകൾ ദ്നീപ്പർ നദി ഭേദിച്ചുകടക്കുകയായിരുന്നു. ഞങ്ങളുടെ വാർത്താവിതരണ ബ്യൂറോയുടെ അറിയിപ്പിൽ പറഞ്ഞിരുന്നതുപോലെ "ഞങ്ങൾ വലത്തേക്കരയിലെ സമരമുഖത്തിന് വീതി കൂട്ടാനുള്ള വിജയകരമായ പോരാട്ടത്തിൽ ഏർപ്പെട്ടിരിക്കയായിരുന്നു."

ഞാൻ ആ കത്തി ഉപയോഗിച്ചിരുന്നില്ല. എന്നാൽ ഒരവസരത്തിൽ ഒരു ജർമ്മൻ കോർപ്പറലുമായി കൈയോടുകൈ പൊരുതുന്നതിനിടയിൽ ഞാൻ അത് അയാളുടെ മേൽ പ്രയോഗിച്ചു. അതില്ലായിരുന്നെങ്കിൽ ആ ജർമ്മൻകാരൻ തന്റെ ട്രുമ്പകൊണ്ട് അന്ന് എന്റെ തല വെട്ടിപ്പിളർന്നേനെ.

ജർമ്മൻകാർ വാശിയോടെ ചെറുത്തുനിന്നു. എട്ട് ദിവസത്തെ ശക്തിയായ കടന്നാക്രമണങ്ങൾക്കുശേഷം ഒരു പ്രതിരോധനില കൈക്കൊള്ളാൻ ഞങ്ങൾക്ക് കൽപ്പന കിട്ടി. അപ്പോഴാണ് ഞാൻ ലെഫ്റ്റനന്റ് കേണൽ ഗ്ര്യാസ്നോവിനെ കണ്ടുമുട്ടിയത്. നവംബർ മാസത്തിന്റെ തുടക്കത്തിലെ നല്ല തണുപ്പുള്ള പ്രസന്നമായ ഒരു ദിവസമായിരുന്നു അത്. വിപ്ലവവാർഷികത്തിന്റെ തലേ ദിവസം.

പട്ടാളക്കോട്ടും ചെവിമൂടികളോടുകൂടിയ ഫർതൊപ്പിയും ധരിച്ച, വലിയ പൊക്കമില്ലാത്ത ആ മനുഷ്യൻ മുമ്പൊരിക്കൽ മുറിവേറ്റ തന്റെ വലതുകാൽ അൽപമൊന്ന് വലിച്ചുവച്ചുകൊണ്ട് വഴിയരികിലൂടെ അങ്ങോട്ടും ഇങ്ങോട്ടും നടക്കുകയായിരുന്നു. എന്റെ ബറ്റാലിയന്റെ അവശേഷിച്ച ഭാഗം സ്ഥിതിചെയ്തിരുന്ന കാട്ടിൽനിന്ന് പുറത്തുകടന്ന ഉടൻ തന്നെ ഞാൻ അദ്ദേഹത്തെ കണ്ടു. ഇപ്പോൾ എനിക്ക് "എന്റെ" ബറ്റാലിയൻ എന്ന് പറയാനുള്ള പൂർണ്ണ അവകാശമുണ്ടായിരുന്നു. നദി ഭേദിച്ചുകടക്കുന്നതിന്റെ തൊട്ടുമുമ്പ് എന്നെ ബറ്റാലിയൻ കമാണ്ടറായി നിയമിച്ചുകൊണ്ടുള്ള ഉത്തരവ് എനിക്ക് കിട്ടിയിരുന്നു.

കാട് പ്രശാന്തമായിരുന്നു. നിലമാകെ ഉറമഞ്ഞ് പറ്റിപ്പിടിച്ച ഇലകളെക്കൊണ്ട് മൂടിക്കിടന്നു. കുതിരച്ചാണകത്തിന്റെയും മൂത്രത്തിന്റെയും ഗന്ധം അവിടെ തങ്ങിനിന്നിരുന്നു. കൊസാക് അശ്വഭടന്മാരുടെ ഒരു വിഭാഗം ശത്രുവിന്റെ അണിഭേദിക്കാനുള്ള പോരാട്ടത്തിൽ പങ്കെടുത്തിരുന്നു. കാട്ടിനുള്ളിലായിരുന്നു അവർ താവളമടിച്ചിരുന്നത്. കുതിരകളുടേയും പശുക്കളുടേയും ഗന്ധം കുട്ടിക്കാലം മുതൽക്കേ എന്നിൽ നറുംപാലിന്റെയും അപ്പോൾ ചുട്ടെടുത്ത അപ്പത്തിന്റെയും സ്മരണ ഉണർത്തിയിരുന്നു. കുട്ടിക്കാലത്ത് അമ്മൂമ്മയോടൊപ്പം വേനൽക്കാലത്ത് നാട്ടിൻപുറത്ത് താമസിച്ചിരുന്നതിന്റെ ഓർമ്മ അത് ഉളവാക്കി. മെലിഞ്ഞുണങ്ങിയ വൃദ്ധയായ അമ്മൂമ്മക്ക് എന്നെ ജീവനായിരുന്നു. അതൊന്നും അത്ര വളരെക്കാലം മുമ്പായിരുന്നില്ലെങ്കിലും ഇപ്പോൾ അതെല്ലാം പണ്ടെങ്ങോ നടന്നതും ഇനിയൊരിക്കലും നടക്കാത്തതുമാണെന്ന് തോന്നി. യുദ്ധത്തിന് മുമ്പുള്ള മറ്റെല്ലാറ്റിനേയും പോലെ.

കാട്ടിൽ നിന്ന് പുറത്തുകടന്ന നിമിഷംതന്നെ ബാല്യകാലസ്മരണകളിൽ നിന്ന് ഞാൻ വിമുക്തനായി. കത്തിനശിച്ചതും തകർന്നതും ഉപേക്ഷിച്ചുപോയതുമായ ജർമ്മൻ വാഹനങ്ങൾ റോഡിൽ കൂടികിടന്നിരുന്നു. വഴിവക്കിലും കുഴികളിലുമായി ജർമ്മൻകാരുടെ ശവശരീരങ്ങൾ ചിതറിക്കിടന്നു. കിടങ്ങുകൾകൊണ്ട് വിണ്ടുകീറിയ ആ മൈതാനത്താകെ ചാരനിറമാർന്ന ശവക്കൂനങ്ങൾ കാണാമായിരുന്നു. ലെഫ്റ്റനന്റ് കേണൽ ഗ്ര്യാസ്നോവ് നിന്നിരുന്നതിന് ഏകദേശം ഇരുന്നൂറ് ചുവടകലെ കിടന്നിരുന്ന ഒരു ജർമ്മൻ കവചിതവാഹനത്തിനടുത്ത് നിന്നുകൊണ്ട് അദ്ദേഹത്തിന്റെ ഡ്രൈവറും ദ്വിഭാഷിയും അതിന്മേൽ എന്തോ ചെയ്യുകയായിരുന്നു.

ദ്വിഭാഷിയുടെ തോൾപ്പട്ടയിൽനിന്ന് അയാൾ ഒരു ലെഫ്റ്റനന്റാണെന്ന് മനസ്സിലായി. റോഡിന്റെ മറുവശത്ത് നാലുപേർ കിടങ്ങുകളിൽ എന്തോ തിരഞ്ഞുകൊണ്ടിരുന്നു. എനിക്ക് അവരുടെ റാങ്ക് തിരിച്ചറിയാൻ കഴിഞ്ഞില്ല. ലെഫ്റ്റനന്റ്കേണൽ അവരോട് എന്തോ വിളിച്ചുപറയുകയായിരുന്നു. കാറ്റിന്റെ ശക്തികൊണ്ട് എനിക്കത് എന്തെന്ന് കേൾക്കാൻ കഴിഞ്ഞില്ല.

ഞാൻ അടുത്തേക്ക് ചെന്നപ്പോൾ ലെഫ്റ്റനന്റ് കേണൽ തന്റെ വസൂരിക്കലയുള്ള മാംസളമായ ഇരുണ്ട മുഖം എന്റെ നേർക്ക് തിരിച്ചു, അത്ഭുതമോ സന്തോഷമോ എന്തോ ഒന്ന് കലർന്ന പരുക്കൻ സ്വരത്തിൽ ചോദിച്ചു:

“അല്ല, ഗാൽത്സെവ്, താൻ ഇപ്പോഴും ജീവിച്ചിരിപ്പുണ്ടോ?”

“ജീവിച്ചിരിക്കുന്നു, ഇതാ കണ്ടില്ലേ!”

അദ്ദേഹം എന്റെനേരെ നീട്ടിയ കൈ പിടിച്ചുകുലുക്കിയശേഷം ഞാൻ ചുറ്റിലും കണ്ണോടിച്ച് അടുത്തെങ്ങും ആരുമില്ലെന്ന് ഉറപ്പുവരുത്തിയിട്ട് പറഞ്ഞു:

“സഖാവ് ലെഫ്റ്റനന്റ് കേണൽ, ഒരു ചോദ്യം ചോദിക്കാൻ എന്നെ അനുവദിച്ചാലും, ഇവാൻ തിരിച്ചെത്തിയോ?”

“ഇവാൻ? ഏത് ഇവാൻ?”

“ബോന്ദരെവ് എന്ന ബാലൻ.”

“അവൻ വന്നാലും വന്നില്ലെങ്കിലും തനിക്കെന്താ?” കൗശലംനിറഞ്ഞ കറുത്തകണ്ണുകൾകൊണ്ട് എന്നെ സൂക്ഷിച്ച് നോക്കിയിട്ട് നെറ്റിചുളിച്ചുകൊണ്ട് അദ്ദേഹം ചോദിച്ചു.

“അക്കര കടക്കാൻ ഞാൻ അവനെ സഹായിച്ചിട്ടുള്ള സ്ഥിതിക്ക്...”

“അതുകൊണ്ട് എന്ത് വേണമെന്നാണ്? ഓരോരുത്തരും അവരവർ അറിയേണ്ടത് മാത്രം അറിഞ്ഞാൽ മതി. പട്ടാളത്തിലെ നിയമം അതാണ്. പ്രത്യേകിച്ചും ഇന്റലിജൻസ് വകുപ്പിൽ.”

"ഞാൻ ഇത് ഔദ്യോഗികമായി ചോദിക്കുന്നതല്ല. തികച്ചും വ്യക്തി പരമായ താൽപര്യംകൊണ്ട് ചോദിച്ചതാണ്. അങ്ങ് എനിക്ക് ഒരു ഉപകാരം ചെയ്യണം. ഞാൻ അവന് ഒരു കത്തി കൊടുക്കാമെന്ന് വാഗ്ദാനം ചെയ്തിരുന്നു..." ഞാൻ എന്റെ കോട്ടിന്റെ ബട്ടനഴിച്ച് ബെൽറ്റി നടിയിൽനിന്ന് കത്തിയെടുത്ത് അദ്ദേഹത്തെ ഏൽപ്പിച്ചു. "ദയവുചെയ്ത് ഇത് അവന് കൊടുക്കണം. അവന് ഇത് കിട്ടണമെന്ന് വലിയ മോഹ മായിരുന്നു."

"എനിക്കറിയാം, ഗാൽത്സെവ്!" ഒരു നെടുവീർപ്പോടെ കത്തി പരി ശോധിച്ചുകൊണ്ട് അദ്ദേഹം പറഞ്ഞു. "ഇത് മോശമില്ല. പക്ഷേ ഇതിലും ഭംഗിയുള്ള കത്തികൾ ഞാൻ കണ്ടിട്ടുണ്ട്. അവന് ചുരുങ്ങിയപക്ഷം ഇത്തരം ഒരു ഡസൻ കത്തികളെങ്കിലുമുണ്ട്. ഒരു പെട്ടി നിറയെ അവൻ ശേഖരിച്ചിട്ടുണ്ട്. അവന് അവയോട് വലിയ ഭ്രമമാണ്. ആ പ്രായമാണ ല്ലോ അവന്റേത്: ഒരു കുട്ടിയിൽ നിന്ന് മറ്റെന്താണ് പ്രതീക്ഷിക്കേണ്ടത്! ശരി, ഞാൻ ഇത് അവനെ കാണുമ്പോൾ കൊടുക്കാം."

"അപ്പോൾ... അവൻ മടങ്ങിവന്നില്ലേ?"

"വന്നു. വന്നിട്ട് പിന്നെയും പോയി. ഒറ്റയ്ക്ക് ഇറങ്ങിപ്പുറപ്പെട്ടു."

"അതെങ്ങനെ?"

ഗ്യാസ്നോവ് നെറ്റി ചുളിച്ചുകൊണ്ട് വിദൂരതയിലേക്ക് നോക്കി അൽപസമയം നിശബ്ദനായി നിന്നു. പിന്നീട് ആഴമുള്ള പരുഷമായ ശബ്ദത്തിൽ അദ്ദേഹം മെല്ലെ പറഞ്ഞു:

"ഞങ്ങൾ അവനെ സൈനികസ്കൂളിലേക്ക് അയക്കാനൊരുങ്ങുക യായിരുന്നു. അവൻ അത് സമ്മതിച്ചെന്ന് തോന്നി. രാവിലെ കടലാസു കളെല്ലാം തയ്യാറാക്കണമെന്ന് ഞങ്ങൾ പരിപാടിയിട്ടു. എന്നാൽ അന്ന് രാത്രിയിൽ അവൻ സ്ഥലംവിട്ടു. ഞാൻ അവനെ കുറ്റപ്പെടുത്തുന്നില്ല. അതൊരു നീണ്ട കഥയാണ്. താൻ അതറിയേണ്ട കാര്യമില്ല."

അദ്ദേഹം തന്റെ വസൂരിക്കുത്തുള്ള വലിയ മുഖം എന്റെനേരെ തിരിച്ചു. അത് പരുഷവും ചിന്താനിർഭരവുമായിരുന്നു.

"അവന്റെ ഉള്ളിലെ വിദ്വേഷം ഇനിയും എരിഞ്ഞടങ്ങിയിട്ടില്ല. അവന് മനശ്ശാന്തി ലഭിക്കുന്നില്ല. ഒരുപക്ഷേ അവൻ തിരിച്ചുവരുമായിരിക്കും. എന്നാൽ അവൻ ഒളിപ്പോരാളികളോടൊപ്പം ചേരാനാണ് കൂടുതൽ സാദ്ധ്യത. താൻ അവനെപ്പറ്റി മറന്നുകളയണം എന്നാണ് എന്റെ ഉപദേശം. ഭാവിയിൽ ഒരു കാര്യം എപ്പോഴും ഓർമ്മയിൽ ഇരിക്കണം. ഒരിക്കൽപോലും ശത്രുനിരയ്ക്ക് പിന്നിലുള്ള നമ്മുടെ ആളുകളെപ്പറ്റി ആരോടും ഒന്നും ചോദിക്കാൻ പാടില്ല. അവരെപ്പറ്റി എത്ര കുറച്ച് സംസാ രിക്കുന്നുവോ അത്രയും നല്ലത്. അവരെപ്പറ്റി അറിയുന്നവരുടെ എണ്ണം കുറയുന്നതിനനുസരിച്ച് അവരുടെ ആയുസ്സ് നീളും. താൻ അവനെ

യാദൃച്ഛികമായി കണ്ടുമുട്ടിയതാണ്. ഞാൻ ഇത് പറയുന്നത് ക്ഷമിക്കണം, പക്ഷേ താൻ അവനെപ്പറ്റി ഒന്നും അറിയാൻ പാടില്ലാത്തതാണ്. അതുകൊണ്ട് മനസ്സിൽ വച്ചോളൂ തനിക്ക് ബോന്ദരെവ് എന്നൊരാളെ പരിചയമില്ല. താൻ എന്തെങ്കിലും കാണുകയോ കേൾക്കുകയോ ചെയ്തിട്ടില്ല. താൻ ആരെയും മറുകര കടക്കാൻ സഹായിച്ചിട്ടില്ല. അപ്പോൾ പിന്നെ ചോദ്യങ്ങളൊന്നും ചോദിക്കേണ്ടി വരില്ല. പിടികിട്ടിയോ?"

ഞാൻ പിന്നീട് ആരോടും അവനെപ്പറ്റി ചോദിച്ചിട്ടില്ല. അല്ലെങ്കിൽ തന്നെ ആരോട് ചോദിക്കാനാണ്? ഏറെനാൾ ചെല്ലുന്നതിന് മുമ്പ് ഹോളിൻ കൊല്ലപ്പെട്ടു. അയാൾ നയിച്ച അന്വേഷണസംഘം ഒരു വെളുപ്പാൻകാലത്തെ അരണ്ടവെളിച്ചത്തിൽ, പതുങ്ങിയിരുന്ന ജർമ്മൻകാരുടെ വായിൽ ചെന്നുപെട്ടു. യന്ത്രത്തോക്കിൽ നിന്നുള്ള വെടി ഹോളിന്റെ രണ്ടു കാലുകളിലും മുറിവേൽപ്പിച്ചു. അയാൾ തന്റെ സംഘത്തിലുള്ളവർക്ക് പിൻവാങ്ങാൻ കൽപ്പന കൊടുത്തിട്ട് അവസാനനിമിഷംവരെ ശത്രുവിനെ തടുത്തുനിർത്തി. പിടിക്കപ്പെട്ടപ്പോൾ അയാൾ ഒരു ആന്റിടാങ്ക് കൈബോംബ് പൊട്ടിച്ചു. ലെഫ്റ്റനന്റ് കേണൽ ഗ്ര്യാസ്നോവിനെ മറ്റൊരു സൈനിക വിഭാഗത്തിലേക്ക് സ്ഥലംമാറ്റിയതിനാൽ അദ്ദേഹത്തേയും പിന്നീട് ഒരിക്കലും ഞാൻ കണ്ടിട്ടില്ല.

എങ്കിലും ലെഫ്റ്റനന്റ് കേണൽ ഉപദേശിച്ചതുപോലെ ഇവാനെ മറക്കാൻ എനിക്ക് കഴിഞ്ഞില്ല. ഞാൻ പലപ്പോഴും ആ ബാലനെപ്പറ്റി ഓർക്കാറുണ്ടായിരുന്നു. എന്നാൽ അവനെ ഇനി എന്നെങ്കിലും കാണാനോ അവനെപ്പറ്റിയുള്ള എന്തെങ്കിലും വിവരം അറിയാനോ ഇടവരുമെന്ന് ഞാൻ ഒരിക്കലും പ്രതീക്ഷിച്ചിരുന്നില്ല.

9

കോവെൽ പട്ടണത്തിൽ നടന്ന പോരാട്ടത്തിൽ എനിക്ക് ഗുരുതരമായ പരുക്കുപറ്റി. തൽഫലമായി നേരിട്ടുള്ള പോരാട്ടത്തിൽ പങ്കെടുക്കേണ്ടതില്ലാത്ത പിന്നണി വിഭാഗത്തിൽ സേവനമനുഷ്ഠിക്കാൻ ഞാൻ നിയുക്തനായി. എന്റെ ബറ്റാലിയനോടും ഡിവിഷനോടും ഞാൻ വിടപറയാൻ നിർബ്ബന്ധിതനായി. യുദ്ധത്തിന്റെ അവസാനത്തെ ആറുമാസക്കാലം ഞാൻ ബ്യേലൊറഷ്യൻ മുന്നണിയിൽ തന്നെയുള്ള മറ്റൊരു സൈനികവിഭാഗത്തിലെ ഇന്റലിജൻസ് വകുപ്പിന്റെ ദ്വിഭാഷിയായി സേവനമനുഷ്ഠിച്ചു.

ബർലിൻ പിടിച്ചടക്കാനുള്ള പോരാട്ടം തുടങ്ങിയപ്പോൾ, ജർമ്മൻ ആർക്കൈവുകളും രേഖകളും പിടിച്ചെടുക്കാൻ പ്രത്യേകം സംഘടിപ്പിക്കപ്പെട്ട ഒരു വിഭാഗത്തിൽ ഞാനും മറ്റ് രണ്ട് ഓഫീസർമാരും നിയുക്തരായി.

മേയ് മാസം രണ്ടാം തീയതി പകൽ മൂന്നുമണിക്ക് ബർലിൻ കീഴടങ്ങി. ആ ചരിത്രപ്രധാനമായ നിമിഷങ്ങളിൽ ഞങ്ങളുടെ സംഘം നഗരത്തിന്റെ മദ്ധ്യത്തിൽ തന്നെയുള്ള പ്രിൻസ് ആൽബർട്ട് ഷ്ട്രാസ്സെയിലെ ഒരു പാതിഇടിഞ്ഞ കെട്ടിടത്തിനുള്ളിലായിരുന്നു. ജർമ്മൻ രഹസ്യപ്പോലീസായ ഗെസ്റ്റപ്പൊയുടെ ആസ്ഥാനമായിരുന്നു കുറച്ച് ദിവസം മുമ്പുവരെ ആ കെട്ടിടം.

സ്വാഭാവികമായും അവിടെയുണ്ടായിരുന്ന രേഖകളിൽ അധികവും ജർമ്മൻകാർ മറ്റ് സ്ഥലങ്ങളിലേക്ക് മാറ്റുകയോ നശിപ്പിക്കുകയോ ചെയ്തിരുന്നു. മൂന്നാമത്തെ നിലയിലുണ്ടായിരുന്ന ഫയൽഅലമാരികളും കാർഡ് ഇൻഡെക്സുകളും അവയിലുണ്ടായിരുന്ന കടലാസുകളും മാത്രം കേടുകൂടാതെ ഞങ്ങൾക്ക് കിട്ടി. അവിടെ ആദ്യമായി പ്രവേശിച്ച ടോമിഗൺ ഭടന്മാർ ആഹ്ലാദപൂർവം ആർപ്പുവിളിച്ച് അത് കണ്ടുപിടിച്ച വിവരം വെളിപ്പെടുത്തി.

"സഖാവ് ക്യാപ്റ്റൻ, മുറ്റത്ത് ഒരു ട്രക്കനിറയെ കടലാസുകൾ ഉണ്ട്!" തോളിന് നല്ല വീതിയുള്ള, പൊക്കം കുറഞ്ഞ ഒരു പട്ടാളക്കാരൻ കിതച്ചുകൊണ്ട് ഓടിവന്ന് റിപ്പോർട്ട് ചെയ്തു.

ഗെസ്റ്റപ്പൊയുടെ ആസ്ഥാനത്തെ വിശാലമായ മുറ്റം ഡസൻകണക്കിനോ ഒരുപക്ഷേ നൂറുകണക്കിനോ കാറുകളും ലോറികളും പാർക്കു ചെയ്യാൻ ഉപയോഗിച്ച സ്ഥലമായിരുന്നു. ഇപ്പോൾ അവിടെ കല്ലുകളും തകർന്ന കെട്ടിടങ്ങളുടെ അവശിഷ്ടങ്ങളും കൂടിക്കിടന്നു. സ്ഫോടനത്തിന്റെ ഫലമായി തകർന്ന ഏതാനും വാഹനങ്ങൾ ഇപ്പോഴും അവിടെ അവശേഷിച്ചിരുന്നു. ഞാൻ ചുറ്റും നോക്കി. കിടങ്ങും ഭൂഗർഭരക്ഷാകേന്ദ്രവും ശവശരീരങ്ങളും ബോംബുവീണ കുഴികളും കണ്ണിൽപെട്ടു. മുറ്റത്തിന്റെ ഒരു മൂലയിൽ മൈൻ ഡിറ്റക്ടറുകളുമായി സാപ്പർമാർ നിന്നിരുന്നു.

ഗെയിറ്റിനടുത്ത് പൊക്കമുള്ള ഒരു ലോറി കിടന്നിരുന്നു. അതിൽ വാതകജനറേറ്ററുകൾ ഉണ്ടായിരുന്നു. അതിന്റെ പിൻവശത്തെ പലക താഴ്ത്തിവച്ചിരുന്നു. എസ്.എസ്.കാരുടെ കറുത്ത യൂണിഫോറം ധരിച്ച ഒരു പട്ടാളക്കാരന്റെ മൃതദേഹം ടർപോളിൻകൊണ്ട് മൂടി ലോറിയിൽ കിടന്നിരുന്നു. ഫയലുകളുടേയും രേഖകളുടേയും അനേകം കെട്ടുകളും അതിലുണ്ടായിരുന്നു. പട്ടാളക്കാരൻ ലോറിയിലേക്ക് കയറി കടലാസുകെട്ടുകൾ വക്കിലേക്ക് നീക്കിവച്ചു. ഞാൻ കത്തികൊണ്ട് ചരട് അറുത്തുമാറ്റി.

ജർമ്മൻ എസ്.എഫ്.പി. സീക്രട്ട് ഫീൽഡ് പോലീസ്-കാരുടെ 1943-1944 കാലത്തെ രേഖകളായിരുന്നു അവ. ശിക്ഷാനടപടികളുടെ റിപ്പോർട്ടുകളും, ഏജന്റുമാരുടെ സന്ദേശങ്ങളും, ഭവനപരിശോധനാ വാറണ്ടുകളും, ആളുകളെ തിരിച്ചറിയാനുള്ള രേഖകളും പലതരത്തിലുള്ള രഹസ്യറിപ്പോർട്ടുകളുടെ കോപ്പികളും അക്കൂട്ടത്തിലുണ്ടായിരുന്നു. അവ ധീരതയുടേയും ഭീരുത്വത്തിന്റേയും അനേകം കഥകൾ വെളിപ്പെടുത്തി. വെടിവയ്ക്കപ്പെട്ടവരെപ്പറ്റിയും അതിന് പകരംചോദിച്ചവരെപ്പറ്റിയും പിടികിട്ടിയവരെപ്പറ്റിയും പിടികിട്ടാത്തവരെപ്പറ്റിയും ഉള്ള അനേകം കഥകൾ വെളിപ്പെടുത്തി. വെടിവയ്ക്കപ്പെട്ടവരെപ്പറ്റിയും അതിനു പകരം ചേദിച്ചവരെപ്പറ്റിയും ഉള്ള അനേകം രേഖകൾ അതിലുണ്ടായിരുന്നു. എന്നെ സംബന്ധിച്ചിടത്തോളം ആ രേഖകൾക്ക് ഒരു പ്രത്യേക പ്രധാന്യമുണ്ട്. ഞങ്ങളുടെ മുന്നണിനിര കടന്നുപോന്ന ഗോമെൽ പ്രദേശത്തെ മോസിർ, പേത്രിക്കൊവ് പീൻസ്ക്ക് മുതലായ സ്ഥലങ്ങളെല്ലാം എന്റെ കൺമുമ്പിൽ തെളിഞ്ഞുവന്നു.

രഹസ്യപ്പോലീസ് അന്വേഷിച്ചുകൊണ്ടിരിക്കുന്നവരോ അവർക്ക് പിടികിട്ടിയവരോ ആയ അനേകംപേരെപ്പറ്റിയുള്ള ഹ്രസ്വവിവരണങ്ങളടങ്ങിയ കുറെ രജിസ്ട്രേഷൻ ഫോറങ്ങൾ ആക്കൂട്ടത്തിലുണ്ടായിരുന്നു. ചിലതിൽ ഫോട്ടോകളും ഉണ്ടായിരുന്നു.

"ഇതാരാണ്?" ആ ഫോറങ്ങൾ തടിച്ച വിരൽകൊണ്ട് തൊട്ടുകാണിച്ചിട്ട് ലോറിയിൽ നിന്ന പട്ടാളക്കാരൻ ചോദിച്ചുകൊണ്ടിരുന്നു. "സഖാവ് ക്യാപ്റ്റൻ, ആരാണിത്?"

അയാൾക്ക് മറുപടി കൊടുക്കാതെ ഞാൻ താളുകൾ ഓരോന്നായി മറിച്ചുകൊണ്ടിരുന്നു. മഴപെയ്യുന്നത് പോലും വകവയ്ക്കാതെ ഞാൻ ഫയലുകൾ ഒന്നിന് പിറകെ ഒന്നായി പരിശോധിച്ചു.

അതെ, വിജയത്തിന്റെ ആ സുദിനത്തിൽ ബർലിനിൽ മഴപെയ്തുകൊണ്ടിരുന്നു. ചാരനിറമാർന്ന ആകാശത്തിൽ നിന്ന് തണുത്ത മഴത്തുള്ളികൾ ഭൂമിയിൽ പതിച്ചുകൊണ്ടിരുന്നു. വളരെനേരം കഴിഞ്ഞാണ് പുകയേയും മൂടലിനേയും ഭേദിച്ചുകൊണ്ട് സൂര്യൻ പുറത്തേക്ക് എത്തിനോക്കിയത്.

പത്ത് ദിവസത്തെ ഉഗ്രമായ പോരാട്ടത്തിന്റെ നിരന്തരമായ ശബ്ദകോലാഹലങ്ങൾ പെട്ടെന്ന് നിശബ്ദതയ്ക്ക് വഴിമാറിക്കൊടുത്തു. ഇടയ്ക്കിടെ ഉയർന്നുകേട്ട ചില ടോമിഗൺ വെടിശബ്ദം മാത്രം ആ ശാന്തതയെ ഭഞ്ജിച്ചു. നഗരത്തിന്റെ മദ്ധ്യത്തിൽ തീ പടർന്നുകത്തിക്കൊണ്ടിരുന്നു. അനേകം ഉദ്യാനങ്ങൾ സ്ഥിതിചെയ്തിരുന്ന പ്രാന്തപ്രദേശങ്ങളിൽ ലൈലാക് പൂക്കളുടെ സുഗന്ധം വായുവിൽ തങ്ങിനിന്നിരുന്നെങ്കിലും ഇവിടെ കത്തുന്നതിന്റേയും കറുത്തപുകയുടേയും മണമാണ് മുന്തിനിന്നത്.

"ഇതെല്ലാം കെട്ടിടത്തിനുള്ളിൽ കൊണ്ടുചെന്ന് വയ്ക്കൂ!" ഞാൻ കൽപ്പനകൊടുത്തു. എന്റെ കൈയിലിരുന്ന ഒരു ഫയൽ ഞാൻ തുറന്ന് നോക്കി. പെട്ടെന്ന് എന്റെ ഹൃദയം നിന്നുപോയതുപോലെ എനിക്ക് തോന്നി. അതിനുള്ളിലെ ഫോറത്തിൽ ഒട്ടിച്ചിരുന്ന ഇവാൻ ബൂസ്ലൊവിന്റെ ഫോട്ടോ ഞാൻ ഉടൻ തിരിച്ചറിഞ്ഞു.

ആ ഉയർന്ന താടിയെല്ലുകളും അകന്നകണ്ണുകളും, കണ്ടമാത്രയിൽ തന്നെ എനിക്ക് അവനെ തിരിച്ചറിയാൻ കഴിഞ്ഞു. ഇത്ര അകന്ന കണ്ണുകൾ ഞാൻ മറ്റാർക്കും കണ്ടിട്ടില്ല.

ദ്നീപ്പറിന്റെ കരയിലെ എന്റെ ഭൂഗർഭസങ്കേതത്തിൽ അവൻ ആദ്യമായി വന്ന ദിവസത്തെപ്പോലെ ഈ ഫോട്ടോയിലും അവൻ മുഖം

വീർപ്പിച്ചാണ് ഇരിക്കുന്നത്. അവന്റെ ഇടത്തെ കവിളിൽ ഒരു ചതവിന്റെ കറുത്തപാട് കാണാനുണ്ടായിരുന്നു.

ആ പടം ഒട്ടിച്ചിരുന്ന ഫോറം പൂരിപ്പിച്ചിരുന്നില്ല. നിരാശയോടെ ഞാൻ അത് മറിച്ചുനോക്കി. അതിന്റെ അടിയിൽ ഒരു ടൈപ്പ് ചെയ്ത കടലാസ് പിൻചെയ്ത് വച്ചിരുന്നു. സീക്രട്ട് ഫീൽഡ് പോലീസിന്റെ തലവൻ അയച്ച ഒരു സ്പെഷ്യൽ റിപ്പോർട്ടിന്റെ കോപ്പിയായിരുന്നു അത്. അതിങ്ങനെയായിരുന്നു:

"നമ്പർ... ലൂണിനേറ്റ്സ് പട്ടണം. 26.12.43

രഹസ്യം.

ഫീൽഡ് പോലീസിന്റെ തലവൻ,

ആർമി ഗ്രൂപ്പ് സെന്റർ.

1943, ഡിസംബർ 21-ന് സഹായക പോലീസിൽപെട്ട യെഫിം തിത്ക്കോവ് 23-ാം പടയുടെ ചുറ്റുമുള്ള നിരോധിതമേഖലയിലെ റെയിൽ പാളത്തിനടുത്ത് പത്തോ പന്ത്രണ്ടോ വയസ് പ്രായമുള്ള ഒരു റഷ്യൻ സ്കൂൾബാലനെ കാണാനിടയാകുകയും രണ്ടുമണിക്കൂർ നേരത്തെ നിരീക്ഷണത്തിന് ശേഷം അവനെ തടവിൽ പിടിക്കുകയും ചെയ്തു. അവൻ മഞ്ഞിൽ കിടന്നുകൊണ്ട് കലിൻകോവിചിക്ലീൻസ് ഭാഗത്തെ മിലിറ്ററി ട്രെയിനുകളുടെ നീക്കം ശ്രദ്ധിക്കുകയായിരുന്നു.

ഈ അജ്ഞാത തടവുകാരൻ ഭയങ്കരമായി ചെറുത്തുനിന്നു. (തദ്ദേശവാസിയായ മാര്യ സ്യ്യോമിന എന്ന സ്ത്രീയോട് തന്റെ പേര് 'ഇവാൻ" എന്നാണെന്ന് അവൻ വെളിപ്പെടുത്തിയതായി പിന്നീട് അറിവ് കിട്ടി.) അവൻ തിത്ക്കോവിന്റെ കൈയിൽ കടിച്ചു. യാദൃച്ഛികമായി അവിടെ എത്തിയ കോർപോറൽ വിൻസിന്റെ സഹായത്തോടെയാണ് അവനെ തടവുകാരനാക്കാൻ കഴിഞ്ഞത്. അവർ അവനെ ഫീൽഡ് പോലീസിനെ ഏൽപ്പിച്ചു...

...'ഇവാൻ" 23-ാം പടയുടെ നിരകളിൽ ഏതാനും രാത്രികളും പകലുകളും ചെലവഴിച്ചിട്ടുണ്ടെന്ന് തെളിഞ്ഞു... അവൻ ഭിക്ഷയാചിക്കുകയും ഉപേക്ഷിക്കപ്പെട്ട ഷെഡ്ഡുകളിലും കളപ്പുരകളിലും കിടന്ന് ഉറങ്ങുകയും ചെയ്തു. അവന്റെ കൈയിലേയും കാലിലേയും വിരലുകൾ മരവിച്ചുപോയിരുന്നു. അവയിൽ ഭാഗികമായി ഗംഗ്രീൻ ബാധിച്ചിരുന്നു.

അവന്റെ പോക്കറ്റിൽ ഒരു തുവാലയും 110 (നൂറ്റിപ്പത്ത്) അധിനിവേശകാലത്തെ മാർക്കുകളും ഉണ്ടായിരുന്നെന്ന് ദേഹപരിശോധനയിൽനിന്ന് മനസ്സിലായി. അവൻ ഒളിപ്പോരാളികളുടെ ആളാണെന്നോ

ചാരപ്രവർത്തനത്തിൽ ഏർപ്പെട്ടിരുന്നെന്നോ കാണിക്കുന്ന യാതൊരു തെളിവുകളും കിട്ടിയിട്ടില്ല.... തിരിച്ചറിയാനുള്ള അടയാളങ്ങൾ: നട്ടെല്ലിന്റെ മദ്ധ്യത്തിലായി ഒരു വലിയ മറുക്, ഇടത്തെ തോൾപ്പലകയിൽ വെടിയേറ്റ ഒരു വലിയ പാട്.

മേജർ ഫോൻ ബിസ്സിംഗ്, ഓബെർ ലെഫ്റ്റനന്റ് ക്ല്യാമ്മറ്റ്, സാർജന്റ് മേജർ ഷ്ടാമർ എന്നിവർ ചേർന്ന് 'ഇവാനെ" നാല് രാത്രിയും നാല് പകലും എല്ലാ മാർഗ്ഗങ്ങളും ഉപയോഗിച്ച് കർശനമായി ചോദ്യംചെയ്തു. എന്നാൽ താൻ ആരാണെന്നോ എന്തിനാണ് 23-ാം പടയുടെ നിരോധിതമേഖലയിൽ അലഞ്ഞുതിരിയുന്നതെന്നോ വെളിപ്പെടുത്തുന്ന യാതൊരു തെളിവും 'ഇവാൻ" നൽകിയില്ല.

ചോദ്യംചെയ്യൽ നടക്കുമ്പോൾ അവൻ ധിക്കാരപൂർവം പെരുമാറി. ജർമ്മൻ പട്ടാളത്തോടും ജർമ്മൻ സാമ്രാജ്യത്തോടുമുള്ള അവന്റെ വിദ്വേഷം അവൻ മറച്ചുവയ്ക്കാൻ ശ്രമിച്ചില്ല.

സുപ്രീം കാമാൻഡർ ഇൻ ചീഫിന്റെ നവംബർ 11, 1942-ലെ കൽപ്പനയ്ക്കനുസൃതമായി ആ തടവുകാരനെ 1943 ഡിസംബർ 25-ന് രാവിലെ 6.55ന് വെടിവച്ചുകൊന്നു.

...തിത്ക്കോവിന് 100 (നൂറ്) മാർക്ക് പ്രതിഫലമായി കൊടുത്തതിന്റെ രസീത് ഇതോടൊപ്പം ചേർത്തിട്ടുണ്ട്..."